முதல் கதை

முதல் கதை

தொகுப்பாசிரியர் லஷ்மி சரவணகுமார்
(பதிமூன்று புதிய சிறுகதையாளர்களின் முதல் சிறுகதை)

Ezutthu Prachuram
(An imprint of Zero Degree Publishing)
No.55(7), RBlock,
6th Avenue, Anna Nagar
Chennai - 600040

Website: www.zerodegreepublishing.com
E Mail id: zerodegreepublishing@gmail.com
Phone : 98400 65000

Cover Art : Rishi
Layout : Vidhya Velayudham

நம்பிக்கையோடு ஓர் துவக்கம்

ஊரடங்குக் காலம் துவங்கியபோது இத்தனை நீண்ட மாதங்களை நம்மிடமிருந்து ஸ்வீகரித்துக் கொள்ளுமென ஒருவரும் எதிர்பார்த்திருக்க மாட்டோம். முதல் சில நாட்கள் கிடைத்த ஓய்வில் நிறைய பேர் வாசித்த புத்தகங்களையும் பார்த்த திரைப்படங்களையும் குறித்து சமூக வலைதளங்களில் எழுதிக் குவித்ததை வாசித்தபோது அதில் சிலரின் எழுத்துகளில் நல்ல கதைசொல்லும் போக்கைக் கண்டுகொண்டேன். எல்லோருக்குமே எழுத கதைகளுண்டு. ஆனால் தயக்கம், பயிற்சியின்மை இவற்றின் காரணமாய் எழுதாமலேயே இருந்திருப்பார்கள். அந்தத் தயக்கங்களை விலக்க ஒரு உரையாடல் தேவைப்படும். அப்படியான உரையாடலாக ஒரு போட்டியை நடத்தலாமென முடிவு செய்துதான் 'முதல் கதை' என்னும் இந்தப் போட்டியை ஒருங்கிணைக்கத் திட்டமிட்டேன்.

75 க்கு மேற்பட்ட சிறுகதைகள் போட்டிக்காக வந்து சேர்ந்தன. போட்டிக்கு வந்த அத்தனை கதைகளையும் நிதானமாக வாசித்தபோது எல்லோருக்குள்ளும் ஒரு கதை சொல்லி இருப்பதைக் கண்டுகொள்ள முடிந்தது. கதைகளைத் தேர்ந்தெடுத்த விதத்திலும் கதை மொழியை அழகாகப் பயன்படுத்தியதன் அடிப்படையிலும் முதல் சுற்றில் இருபது கதைகள் வரை இறுதி செய்து போட்டியின் நடுவரான எழுத்தாளர் பா.ராகவன் அவர்களுக்கு அனுப்பி வைத்தேன். அவர் பரிசுக்குரிய மூன்று கதைகளைத் தேர்ந்தெடுத்ததோடு பிரசுரத்திற்கான கதைகளையும் தேர்ந்தெடுத்துக் கொடுத்தார். தொகுப்பிற்காக இந்தக் கதைகளைத் திரும்பவும் வாசிக்கையில் இந்தக் கதைகள் எழுத்துக்கலை கைவந்தவர்களால் எழுதப்பட்ட கதைகளாகவே மிளிர்கின்றன. வெவ்வேறான கதைக்களங்கள், வெவ்வேறான வட்டார வழக்குகளென ஒவ்வொரு கதையும் தனித்துவமானவை. என்னளவில் போட்டியில் கலந்துகொண்ட அத்தனை பேருமே இனிவரும் காலங்களில் தொடர்ந்து சிறந்த கதைகளை எழுதக் கூடியவர்களாக இருப்பார்கள் என்று சொல்வேன். முதல் கதை என்ற இடத்திலிருந்து நகர்ந்து இவர்கள் ஒவ்வொருவரின் முதல் சிறுகதைத் தொகுப்பையும் வாசிக்க ஆவலாய் உள்ளேன்.

போட்டி நடத்த ஊக்குவித்த நண்பர்கள், குறிப்பாக தம்பி குமரேசன், உள்ளிட்டோருக்கு இவ்விடத்தில் நன்றி சொல்ல வேண்டும். பதிமூன்று புதிய எழுத்தாளர்களை உற்சாகப்படுத்தும் விதமாக இந்நூலை வெளியிடும் ஸீரோ டிகிரி பதிப்பகத்தின் ராம்ஜீ மற்றும் காயத்ரி இருவருக்கும் என் நன்றியும் அன்பும்.

லஷ்மி சரவணகுமார்
சென்னை.

மற்றுமொரு பிரிவுக்கதை

அலீனா

நீண்டதொரு கடற்கரையாய் அவளிருந்த காலத்தில் அவன் ஒரு சிறு படகாய் இருந்தான். சந்தடிகள் நிறைந்திருந்தாலும் வெறுமை சூழ் உலகு அவளது. காற்றும் அலையும் என அலைக்கழிக்கப்பட்டாலும் நிறைவானவை அவனுடைய நாள்கள். அலைச்சல்கள் மிகுந்த வாழ்விலிருந்து ஓய்வெடுக்க எண்ணி அவன், அவள் கரை சேர்ந்திருந்தான். வருவோரும் போவோருமாய் இருக்குமிடத்துத் தங்கிவிட்ட அவனிடம் அவள் கதை பேசத் துவங்கினாள். அவனிடம், சொல்வதற்குப் பல கதைகளிருந்தன; அவன் சுமந்த மனிதர்களும், கால் நனைத்த தேசங்களும், போராடிக் கடந்த தூரங்களும், எட்டி அடைந்த கனவுகளுமாய் அவன் கதைகள் அவளுக்குச் சுவாரசியமாய் இருந்தன. அவளறியாத, காணவும் இயலாத அந்த உலகின் வாயில்களை அவன் தன் கதைகளைக் கொண்டு திறந்திருந்தான். அவன் பேசிச் சலிப்புற்ற நேரங்களில் அவள் தன் சிறு உலகத்தின் பெருங்கதைகளை அவனுக்குச் சொல்வாள். பகலும் இரவும் எல்லா நேரங்களிலும் தன்னோடிருக்கும் அவனது அருகாமையில் அவள் திளைத்திருந்தாள்.

வழுமை திகட்டி மனம் மாற்றத்தை வேண்டிய ஓர் நாளில், தான் பயணம் போக எண்ணுவதாய் அவளிடம் கூறினான். விடைகள் பல கூறியவள்தான் எனினும், அவனது பிரிவுக்கு அவள் தயாராய் இல்லாத காரணத்தால் தான் சொல்லும் நாளில் போகுமாறு மன்றாடினாள். அவனும் சரியென்றான். ஆனால் அதன் பின் பயணம் பற்றிய உரையாடல்களைத் தவிர்த்தும், கடல் ஆபத்துக்களை நினைவுறுத்தியும், மாபெரும் முழுக்கங்களோடு அவளிடமிருந்து விடைபெற்று, மரத்துண்டுகளாக அவளிடத்தில் கரை ஒதுங்கிய கப்பல்களைக் குறிப்பிட்டுமே உரையாடினாள். அவளின் அச்சங்களைப் புரிந்துகொண்டு முதலில் அமைதி காத்தவன், பொறுமையிழந்த ஒரு பொழுதில், படகுகள் கரையில் இளைப்பாறுவதால் அவை கரைகளுக்கு மட்டுமே உரியவையல்ல; பயணம்தான் தங்களின் வாழ்விற்கு அர்த்தம் சேர்க்கும் என்பதை அழுத்தமாகவே அவளிடத்தில் தெரிவித்தான். வார்த்தைகளிலிருந்த உறுதியை உணர்ந்தவள் அரைமனதாய் விடைகொடுத்தாள்.

சென்றவனுக்கு வானெங்கும் அவள் பிம்பம்; பிரிகையில் களையிழந்திருந்த அவள் முகமும், தன்மீது கொண்ட அன்பினாலே அவள் அவ்வாறு நடந்துகொண்டாள் என்ற எண்ணமும் அலைக்கழிக்க, அவன் மிக விரைவிலேயே திரும்பி வந்தான். வந்தவனைக் கண்டவளுக்குக் கொண்டாட்டம் தாளவில்லை. அவர்களின் மகிழ்ச்சியில் கடலும் காற்றும் சேர்ந்துக் கொண்டன. ஆட்டமும் பாட்டமுமாய் முடிந்த அந்த இரவிற்குப் பின் வந்த இரவுகளிலும் அந்த உயிர்கள் அளவளாவின.

அந்தச் சந்திப்புகளின் போதெல்லாம், 'நீ அங்கு போயிருக்கிறாயா? அதைக் கண்டிருக்கிறாயா?' என அவர்கள் பேசும் போதெல்லாம் தன் இயலாமைய எண்ணித் தாழ்வு மனப்பான்மை கொண்டாள். நாளும் அதைத் தின்று பொறாமைத் தீ அவளுள் வளர்ந்திருந்தது. இங்ஙனம் இருக்கையில் ஓரிரவில், கடல் நடுவில் தான் கண்ட ஒரு தீவையும், அதன் அழகையும் அவன் கூற, கடலும் காற்றும் அதை ஆமோதித்ததைப் பார்த்த அவள் முகம் வாடிப் போயிற்று. அதைச் சுட்டிக்காட்டிய காற்று, உனக்கு வாழ்நாளெல்லாம் ஒரே இடம் ஒரே காட்சி எனப் பகடி பேசிற்று. தனக்காய்ப் பரிந்து பேச அவன் வருவான் என்று அவள் எண்ண அவனோ, நண்பர்களுக்குள்

விளையாடிக் கொள்கிறார்கள் என அமைதியாக இருந்தான். கோபத்திலும் ஆற்றாமையிலும் எல்லாரும் தன்னைவிட்டுப் போகும்படி கத்திவிட்டு மௌனமானாள். சமாதானத்திற்கு அவள் உடன்படாமலே அவ்விரவு கழிந்தது.

காலையில் கண்விழித்த அவள் அவனைக் காணாது கடலிடம் விசாரிப்பதைக் கண்ட காற்று, 'எங்களுக்குத் தெரியாது நீயே போய் தேடிக்கொள்' என்றதும் கோபத்தில் நிதானம் தவறி வெறுப்பெனும் தீயை உமிழத்துவங்கினாள். அவனை அவளிடமிருந்து பிரிக்க அவர்கள் சதி செய்வதாய் குற்றம் சாட்டியதும், அவ்வார்த்தைகளின் வெம்மை அவர்களைக் கோபமூட்ட எதிர் வாதம் செய்யத்துவங்கினர். சொற்களின் வீரியம் போதாமல், அவர்களின் வலிமையையும் பிரயோகப்படுத்தியதால் அவ்விடத்தில் ஒரு பிரளயம் ஏற்பட்டிருந்தது. சொல்லவும் செய்யவும் இனி ஏதுமில்லை என்ற நிலையில், அவர்கள் நிதானத்திற்கு வந்த போது, அவள் மடியில் சில மரத்துண்டுகளும் சில பூக்களும் கிடந்ததைக் கண்டாள். அப்பூக்கள், அவன் முன்பு குறிப்பிட்ட தீவில் மட்டுமே கிடைக்கும் அரியவகைப் பூக்கள் என்பதை, காற்றும் கடலும் அவளிடம் சொல்லவேயில்லை.

—

நேசமும்... வாழைப்பழமும்...

மரு. பா. வாணிப்பிரியா

"**அ**தோ அந்த பெரியக்குளம் பஸ் நிக்குமே... அங்கதா நம்ம ஊரு. உனுக்கு எங்க...?" "நமுக்கு திருச்சி பஸ்..." பரஸ்பர விலாசங்கள் பரிமாறப்பட்டன. "ஏம்புள்ள... நானும் பாக்கேன் ... தனியாவே குந்தினு இருக்கியே... உனுக்கும் கூட ஆருமில்லயா..." "தனியாருக்க எனுக்கின்னா பயமா... பளகிருச்சு..." அவரவர் ஆளம்பு சேனைகள் விளக்கப்பட்டன.

அந்தப்பக்கம் வந்த காலை ரோந்து வண்டியை வெறித்தவாறு "ஏந்தாத்தா... நெதமு ரோந்து வண்டியே வருதே... இன்னிக்காவுது சோத்து வண்டி வருமா...?" அவளிடத்தில் தன்னைப்போலவே பசித்துக் கிடக்கும் ஒரு வயிறு கண்ட நெருக்கம்... "தாத்தாவா... என்ன இன்னா கிழவனாருன்னு நெனிச்சியா... கொமரம் புள்ள...!" இல்லாத மீசையை முறுக்கிச் சிரிக்க, அங்கே இன்ஸ்டென்டாக வழிந்தது நேசம். "அய்யே போதுமே....!!" ஓரமாய் வெக்கப்பட்டாள். அந்த பதின்மச்சிட்டுக்கு பெரிதாய் மறுக்க ஒன்றுமில்லாததாய்... அந்தப் பேருந்து நிலையத்தில் ஒண்டி ஒதுங்கிய உயிர்களில் இவர்களும் அந்த இன்ஸ்டென்ட் ஸ்னேகமும் அடக்கம்.

உணவு கண்டு மூன்று நாளாகிய அசதி மட்டும் அங்கே பொதுவுடைமை.

ஊரடங்கு உபயத்தில் திருச்சியும் பெரியக்குளமும் சந்திக்கும் சந்து அந்த வயது மறைந்தோரின் வாழிடமாய்... அந்த மெல்லிய வெளிச்சத்தில் அவளுக்குள்ளிருந்த தேவதை வெளிவரத்தொடங்க... அந்த அனுபவம் அங்கே தடுமாறியது. தொண்டையைச் செருமியபடி, "ஆருமில்லன்னு நெனிக்காத புள்ள... உனுக்கு நா இருக்கேன்... நீ கவலப்படாம தூங்கு..." அந்தப் பருவம் அங்கே நகைக்க, "எனுக்கின்னா கவல... போயா கெழவா...!" உறங்கிப்போனாள். "மணி பன்னண்டு இருக்கும் போலயே... ஏம்புள்ள... குளுரல உனுக்கு..." கிழிந்த கைலியும் வெற்றிலைப்பாக்குக் கரையுமாக சிரித்தவனைக் கொஞ்சமும் கண்டுகொள்ளவில்லை அவள்.

சித்திரை வெய்யிலும் மனதின் இறுக்கமுமாக ஊரே ஊரடங்கில் புழுங்கியபடி இருந்தது.

தூக்கத்தின் முனகலாய், "அவ அவளுக்கு இங்க வேத்து ஒழுகுது... இங்க மைனர் மாப்பிள்ளைக்கி குளுருதாம்ல..! என்னய்யா சரக்கா...?!" புரண்டு படுத்துக்கொண்டாள். இப்ப எவந்தாராஞ் சரக்கு... அவன் பேசவில்லை. தொடக்கமும் முடிவுமான சந்து அரவமற்று, இவளும் ஆளற்று... இத்தனை நேரப் பேச்சுக்களெதற்கும் மறுப்பில்லை. துணிந்துவிடத் துணிந்தான்.

அவள் எதிரொலிக்கவுமில்லை; எதிர்க்கவுமில்லை.

வியர்வை வழியக் கிடந்தவன் ஒருக்களித்துக் கிடந்தவளிடம் "ஏம்புள்ள இப்புடி கட்ட கணக்கா கெடக்க...?" அவனிடம் கொஞ்சம் ஏமாற்றத்தின் சாயல். "ஆமா இவுரு பெரிய மம்முதந்தா... போதும் போயா..." சலித்தவாறே தவறவிட்டக் கனவைத் தொடர ஆயத்தமானாள்.

மீண்டும் அவளை உலுக்கி, "நா இருக்கேம் புள்ள... உனுக்கு நா... எனுக்கு நீ... இனி எங்காலத்துக்கும் உன்னோடதாம்புள்ள..." அவள் விழித்துப் பார்த்து ஒரு ஓரமாக உதட்டைச் சுழித்து "அதுக்கென்ன இருந்துட்டுப் போய்யா... நாந்திங்கிற சோத்துல

உனுக்கொரு கவளந்தான்... எனுக்குந்தா ஆருருக்கா..." அங்கே அவசர உடன்படிக்கையாக நேசம் எழுதப்பட்டது.

எழுந்து அவனை ஒட்டிய சுவரோரமாக அமர்ந்தாள், நட்சத்திரங்கள் பார்த்தபடி. அதன் பின்னே விடிய விடிய கதைக்கப் பட்டதெல்லாம் ஸ்வீட் நத்திங்ஸ் வகையறா. "நாளிக்கி சோத்து வண்டி வந்ததும் உனுக்கும் சேத்து நா வாங்கியாரம்புள்ள..." அவளுக்கு கொஞ்சமாய் சிலிர்த்தது. "இந்த வெயாதி முடிஞ் சோன்ன நாம வேற எங்கனயாச்சும் போய்டலாம் புள்ள... உன்ன நா வச்சு காப்பாத்துறேன்..." இதற்கு அவளுக்கு கொஞ்சம் அழுவும் கூட வந்தது.

"நாம ஏயா வேற எங்கயும் போகணும்... இங்கனயே ஏதாச்சும் ஒரு டீ கடயாப் போட்டு பொழுச்சுக்கலாம்யா..." கற்பனைகள் தான் எத்தனை எளிதாக இருக்கின்றன? பசியைப்போக்க மட்டும் கற்பனையால் முடியுமென்றால்...?

விடியக்கருக்கலில் உறங்கியவளுக்கு சத்தத்தில் விழிப்பு தட்டியது. ஒரே திசையில் விழுந்தடித்து ஓடிக்கொண்டிருந்தது ஒரு கூட்டம். "யோ... யோ... எந்திரியா... சோத்து வண்டி வந்துருச்சு போலருக்கு..." அத்தனை உசுப்பலுக்கும் அவனிடம் பதிலில்லை. இரவின் அசதி இன்னுமவனிடம் மிச்சமிருந்தது. சற்று சலித்தவாறு பார்த்துவிட்டு உணவு வந்த திசை நோக்கி விறுவிறுத்தாள்.

அள்ளி அள்ளிக் கொடுத்துப் பழக்கப்பட்ட கைகள் கொஞ்சம் கொஞ்சமாய்க் காயடிக்கப்பட்டு வாங்கப் பழக்கப்படுத்தப்பட்டுக் கொண்டிருந்தன அங்கே.

வியர்வையைத் துடைத்தவாறு வந்தமர்ந்தவள் கண்ணில் காதடைத்த பசியின் கோபம். "கழிச்சல்ல போறவிங்க... ஒரு பொட்டலங்கூட தரலியே... இப்பிடி மக்க எதுக்கும் ஆலாப்பறந்தா நானெல்லா சோத்துக்கு எங்க போவ...?" சபித்தவாறே வந்தவள் அவனை உசுப்பினாள்... அவனிடத்தில் துளி நகர்வில்லை. எழப்போவதில்லை என்ற உறுதியுடன் அவனை ஒரு ஓரப் பார்வை பார்த்தவாறே தன் துணிப்பையை அவிழ்த்துக் கிண்டினாள். உள்ளே எட்டிப் பார்த்தாள். மொத்தமாக கவிழ்த்துப் பார்த்தாள். உள்ளே அது இல்லை.

ஒட்டிக்கொண்டிருந்த கடைசி நம்பிக்கையும் சிதறடிக்கப்பட, காளியென்றாகியவள் கண்ணில் பட்ட அவனை உலுக்கினாள். "யோ... எந்துணிப்பைய எடுத்தியா... சொல்லுயா...?" உலுக்கலில் திணறி விழித்தவன், "ஆமாம்புள்ள... ராத்திரி நீ தூங்கயில..." அதற்கு மேல் அவனைப் பேசவிடவில்லை...

அவளடித்த அடி சொல்லியது அவளிழப்பு, கையிட்டுக் கும்பிட்டு, "தெரியாம எடுத்துட்டேம்புள்ள... அடிக்காத புள்ள வலிக்கிது... நா வேற வாங்கியாறன்..." அவளடங்கவில்லை. கண்கள் கலங்க "வுட்டுடு புள்ள" வயோதிகத்திலும் வலியிலும் தடுமாறினான் அவன். நேற்றைய மன்மத மிடுக்கு மொத்தமும் அழிந்து பரிதாபமாக நின்றவனுக்கு வக்காலத்து வாங்கவென யாரும் அங்கே நின்றிருக்கவில்லை.

நேற்றைய நேசத்துக்கும் இன்றைய நிதர்சனத்துக்கும் சாட்சியாக அந்த ஆளற்ற பேருந்து நிலையம். கிழிசல் லுங்கி ஒரு கையிலும், துடைத்த ரத்தம் ஒரு கையிலுமாக அவன் அடுத்த சந்து தேடிப்போக துணிப்பையை வெறித்தவாறே அமர்ந்திருந்தாள். அந்தப் பிறவியின் மொத்த பசிக்குமான பறிக்கப்பட்ட பதிலாக அந்தச் சந்தின் மூலையில் கிடந்தன அந்த வாழைப்பழத்தோலும் பிஸ்கட் பாக்கெட் உறையும்.

ஒரு நூற்றாண்டு உறவெனக் கருதப்பட்டதை அங்கே பசி வென்றிருந்தது.

—

ஹமார்ஷியா

ஷாலினி பிரியதர்ஷினி

உனக்காக... ஓராயிரம் முறையும் முதல் முறையாக!
காலித் ஹொஸைனி

இந்த உலகம் குழந்தைகளிடம் இன்னும் கொஞ்சம் கருணையாக நடந்து கொள்ளலாம் என்று தோன்றும்போதெல்லாம் நஜீபின் நினைவால் உள்ளம் தளும்பித் தத்தளிப்பதை ஜீவாவால் தவிர்க்க முடிவதில்லை. நஜீபீஸ் அவளுக்காகவும் அவள் நஜீபீஸ்க்காகவும் பரஸ்பரம் செய்து கொடுத்த உதவிகள் அவ்வாறானவை. இருவருமே ஒருவரையொருவர் கேட்டுப் பெற்றுக்கொள்ளாத உதவிகள். அம்மாதிரியான நேசம் வாய்க்கப் பெற்றவர்கள் மட்டுமே புரிந்துகொள்ளக் கூடிய அன்பின் உடன்படிக்கைகள் அவை.

நஜீபீஸ், ஜீவா இருவரும் சந்தித்துக் கொண்டது ஜம்மு காஷ்மீர் மாநிலம், நக்ரோட்டாவில். நஜீபீஸ் அப்பொழுது பதினோரு வயதுச் சிறுவன். உத்தரபிரதேச மாநிலம் சாஹரன்பூரை சேர்ந்தவன். தன் தந்தையின் பணி நிமித்தமாக அவனும், கணவனின் பணி நிமித்தமாக ஜீவாவும் நக்ரோட்டாவில் வசிக்க வேண்டிய கட்டாயச்சூழலில், வெறுமையில் பூத்த வற்புறுத்தல் உறவாகத்தான் முதலில் அது இருந்தது. நிரம்ப நிரம்ப மூச்சு முட்டுமளவு வழங்கப்பட்டிருந்த தனிமையும், இயற்கைச் சூழலும்

இருவருக்கும் வெவ்வேறு மாதிரியான உள்ளத் தடுமாற்றங்களை ஏற்படுத்தியிருந்தன. ஜீவாவின் தனிமை அவள் தேர்ந்தெடுத்துக் கொண்ட ஒன்றுதான் என்பதால் வயதும் அனுபவமும் ஓரளவுக்கு அதை ஏற்றுக்கொள்ளும் பக்குவத்தைத் தந்திருந்தது. ஆனால் நஃபீஸிற்கு அப்படியிருக்கவில்லை. அவனுடையது திணிக்கப்பட்ட தனிமை. காரணமே இல்லாத வன்முறையாக அவனுக்கு இழைக்கப்பட்ட அவன் சற்றும் விரும்பியிராத தனிமை. வாய்ப்பு கிடைத்தால் தப்பித்து வேலி தாண்டி மலைகள் கடந்து ஓடி விட வற்புறுத்திய தனிமை. ஆனால் அவனால் எதுவும் முடியாத சூழலில் தன் வீட்டு சன்னல் கம்பிகளைப் பிடித்துக்கொண்டு வானத்தை வேடிக்கை பார்ப்பதொன்றே அவனுக்கான வடிகாலாக இருந்தது. ஜீவா, அவன் வானத்தைப் பார்த்து அழுது கொண்டிருந்த பொழுதுதான் அவனை முதன்முறையாகச் சந்தித்தாள். தன் கண்ணீர் கண்டு கொள்ளப்பட்டுவிட்டது என்றறிந்த நொடியில் வீறிட்டு அழுவதற்குப் பதிலாக வேகவேகமாக கண்ணீரைத் துடைத்துக் கொண்டு சிரித்தான் நஃபீஸ். ஜீவாவிற்கு இதயம் கனத்தது. அவளது குழந்தைப் பருவமும் சிரிப்பால் மறைக்கப்பட்ட கண்ணீரால் ஆனதுதான் என்பதால் அவளால் நஃபீஸ் தனக்கிழைத்துக் கொள்ளும் கொடுமையைப் புரிந்துகொள்ள முடிந்தது. விழுங்கப்படும் கண்ணீருக்கு உறைப்பு அதிகம்; அதைவிட புன்னகை கொண்டு புதைக்கப்படும் கண்ணீரால் ஆபத்தும் அதிகம். நஃபீஸ் அந்த ஆபத்துக்கு தன்னை ஒப்புக் கொடுப்பதை ஜீவா தடுக்க வேண்டுமென்று எண்ணினாள். வலியச் சென்று அவனுடன் பேசுவதை வழக்கமாக்கிக் கொண்டாள். நஃபீஸை இவ்வாறு வதைப்பதன் காரணத்தை அவன் தந்தை ஹாசிமிடம் கேட்டுத் தெரிந்து கொள்ளலாம்தான்; ஆனால் அதனால் பயனேதுமில்லை என்று ஜீவா அறிந்தேயிருந்தாள். பெற்றவர்கள் தம் பிள்ளைகளுக்கு இழைக்கும் கொடுமைகளுக்குத் தேவையான நியாயங்கள் அவர்களிடம் இருக்கவே செய்யும் என்பதையும் அவள் அறிந்திருந்தாள். தான் அங்கு இருக்கும் காலம் வரை நஃபீஸிற்கு இளைப்பாறுதல் அளித்துவிடுவது என்று தீர்மானித்தாள். அதன் பின்னால் அவளின் சிறு சுயநல

ஏக்கமும் இருக்கத்தான் செய்தது. அது எல்லா உயிர்களுக்கும் பொதுவானதொரு ஏக்கம்தான். அன்பு செலுத்தி பதிலுக்கு சிறிது அன்பை தந்திரமாகப் பெற்றுக் கொள்வது.

நாட்கள் செல்லச் செல்ல நஃபீஸ் குணத்தில் இறுக்கம் குறைந்து காணப்பட்டது. கதவு தட்டாமல், காலிங் பெல் அடிக்காமல் வீட்டிற்குள் வரும் சுதந்திரத்தை ஜீவா அவனுக்கு மட்டும் வழங்கியிருந்தாள். ஜீவாவின் ஒன்பது மாதக் குழந்தை கதிருடன் விளையாட வருவான் நஃபீஸ். அப்பொழுது அவனுக்கு ஜீவா சாப்பிட ஏதாவது கொடுப்பாள். ஜீவா, நஃபீஸ், கதிர் மூவரும் விளையாடும் பொழுதுகள் மிக ரம்மியமானவை. இதில் யார் குழந்தை யார் பெரியவர் என்று தெரியாத வண்ணம் மூவரும் அடித்துப் பிடித்துக்கொண்டு விளையாடுவர்.

"எங்கேயாச்சும் ஒரு கொழந்தையோட அம்மா மாதிரியா நடந்துக்குற?" என்று ஜீவாவின் கணவன் அடிக்கடி நொந்து கொள்வான். ஜீவா அப்படித்தான், அவளுக்கு ஒரு குழந்தையை எப்படியெல்லாம் நடத்தக் கூடாது என்பது தெரிந்திருந்ததால் அவள் கதிரையும் நஃபீஸையும் குதூகலத்தோடு அணுகினாள். குழந்தைகள் சிரித்துப் பழக வேண்டும் என்று நம்பினாள்.

நஃபீஸ் அனைவரின் எடுப்பார் கைப்பிள்ளையாக இருந்தான். அது குறித்து அவன் தந்தைக்கு பெரிதாக அக்கறை ஏதுமிருந்ததில்லை. அவருக்கு நஃபீஸ் ஒரு காரணம். அவனது கல்வியைக் காரணமாகக்கூறி அதிகாரிகளிடம் அங்கு தங்கிக் கொள்ள அனுமதி பெற்றிருந்தார். இல்லையென்றால் பூஞ்ச், குப்புவாரா போன்ற எல்லைப்பகுதிகளில்தான் போஸ்ட்டிங் கிடைத்திருக்கும். ஹாசிம் கானுக்கு நஃபீஸ் எப்பொழுதும் ஒரு காரணம். அவனை வைத்து அவரது பிழைப்பு ஓடியது. இதைப் புரிந்து வைத்திருந்த அக்கம்பக்கத்தினர் அவர்களது அனைத்து எள்ளல்களையும் நஃபீஸிடம் தாராளமாகக் காட்டினர். பள்ளி முடிந்து வந்ததும் அனைவரது தோட்டங்களிலும் நீர் பாய்ச்சுவது, மேலதிகாரிகளின் சீருடைகளை இஸ்திரி போடுவது (ஹாசிம் கானின் உத்தரவில்), அவர்களுக்கு சிகரெட், சோடா, சைட் டிஷ் வாங்கி வருவது என ஒரு நாளுக்கு நூறு முறையாவது அந்தப் படிக்கட்டுகளில் ஏறி இறங்குவான்.

"ஏண்டா நஃபீஸ்... நெஜமாலுமே அவர் உங்க அப்பாதானா?"

"ஆமா."

"சரி விடு, நாளையிலிருந்து சாயங்காலம் எங்கிட்ட இங்கிலிஷ் டியூஷன் வரணும். புரியுதா? உங்கப்பாகிட்ட பேசியாச்சு."

நஃபீஸ் கண்கள் நிறைய புன்னகைத்தான். ஜீவா தரைத்தளத்திலும் நஃபீஸ் முதல் மாடியிலும் வசித்ததால் நஃபீஸின் குரல் அடிக்கடி கேட்ட வண்ணம் இருக்கும். தனியே அமர்ந்து அவன் சத்தமாகப் படிப்பதும், உருதுப் பாடல்களை ரசித்துப் பாடுவதும் ஜீவா தன் வீட்டிலிருந்தபடியே சிரித்து ரசித்து அருளிடம் கூறுவாள்.

"இந்தப் பையன் பாருடா... எப்படி தன்னத்தானே சந்தோசமா வெச்சுக்குறான், பெரிய விஷயம்ல?"

நஃபீஸ் குறித்து ஒவ்வொருவரும் ஒரு கருத்து வைத்திருந்தனர். அவன் வயதேயான பிரியங்காவைப் பொறுத்தவரை அவன் ஒரு 'ஷைத்தான்'. ஒரு முறை பிரியங்கா அவனை அப்படி அழைத்ததற்காக அவன் அவளை அடித்து விட்டான். விசாரணையில் நஃபீஸ் மீது குற்றம் சாட்டப்பட்டது. எல்லா விசாரிப்புகளும் ஹாசிம் கான் நஃபீஸை இழுத்துச்சென்று கதவடைத்துவிட்டு அடித்துத் துவைப்பதில் வந்து முடியும். ஹாசிம் அதைத் தவறாமல் செய்தார். மற்றவர்களுக்கும் அது போதுமானதாக இருந்தது.

ஜீவா பிரியங்காவை அழைத்து விசாரித்தாள்.

"ஏன் அவன ஷைத்தான்னு கூப்புடுற?"

"அவன் அதான், எங்கம்மா அப்பா சொல்லிருக்காங்க"

"எதுனால அப்படி சொன்னாங்க?"

"தெரியாது, அவன் காது பாருங்க... எவ்ளோ பெருசா கண்ணு முட்டையா, பல்லு எடுப்பா அப்றம் அவன்..."

பிரியங்காவும் சிறுமிதான். அவளுடைய சொந்தக் கருத்தல்ல அது. அதனால் அவளைத் திருத்திப் பயனில்லை என்று ஜீவாவுக்குப்

புரிந்திருந்தது. அன்று மாலையே பிரியங்காவின் தாயிடம் இதைப்பற்றி மிகக் கடுமையாகப் பேசினாள் ஜீவா. அன்றிலிருந்து பிரியங்கா நஃபீஸிடம் பேசுவதில்லை. அதுகுறித்தும் அவன் வருத்தப்பட்டான். அவன் அப்படித்தான். பட்டாம்பூச்சி இனம்.

"இப்பலாம் பிரியங்கா பேசுறதில்ல ஜீவா."

"விடு. கொஞ்ச நாள்ல சரியாகிரும்."

"இல்ல ஜீவா. அவதான் எனக்கு இங்க ஒரே ஃப்ரண்டு."

"அப்ப நானு?"

"நீங்க வேற..."

"வேறன்னா..."

"தெரியல..." என்று அருகில் வந்து கன்னம் நிறைய சிரிப்பான்.

பிரியங்காவின் பிறந்தநாளுக்கு அவனும் ஜீவாவும் சேர்ந்து செய்து கொடுத்த வயர் பொம்மையால் பிரியங்காவின் கோபம் தணிந்து இருவரும் இணக்கமாயினர். அதற்குப் பிறகு பிரியங்கா அவனை எப்பொழுதும் 'ஷைத்தான்' என்று அழைக்கவில்லை.

மழைக்காலத்தில் ஒரு முறை அருள் அவசர வேலையாக ஸ்ரீநகர் சென்றுவிட, ஜீவா கதிரோடு தனியாக இருந்தாள். மலைப் பகுதியென்பதால் மழை சுழற்றிக்கொண்டு பொழியும். இடியும் மின்னலும் தலையிலேயே இறங்குவது போலிருக்கும். தொடர்ந்து பல நாட்கள் மின்சார இணைப்பு துண்டிக்கப்பட்டிருக்கும். இருள் போர்த்தத் துவங்கியதும் அவ்விடமே பயங்கர நிசப்தத்தில் மூழ்கிவிடும். மனிதர்கள் தத்தமது வீடுகளுக்குள் அடங்கிவிடுவர். ஜீவாவுக்கு ஒரே ஆறுதல் நஃபீஸ், அவன் வீட்டிலிருந்து பாடும் உருதுப் பாடல்கள்தான். இரவு நேரங்களில் ஹாசிம் கான் அவனை தவறியும் வெளியே அனுப்பியதில்லை.

அன்று அப்படித்தான், மழை அலைக்கழித்ததில் மின்சாரம் துண்டிக்கப்பட, ஒற்றை பேட்டரி லைட்டின் துணை கொண்டு இரவைக் கடக்க வேண்டிய நிலை. கதிரைத் தூங்க வைத்துவிட்டு

ஜீவா கழிவறைக்குச் சென்றபோதுதான் அந்தக் காட்சியைக் கண்டாள். கழிவறைக்கும் முற்றத்துக்குமான தடுப்பு மறைவில் தடிமனான பாம்பு சுருட்டிக் கொண்டு படுத்திருந்தது. மெழுகுவர்த்தி வெளிச்சம் பட்டதும் அசைந்து தன் இருப்பைத் தெரிவித்தது. படித்திட்டில் இருந்த அந்தப் பாம்பு வீட்டுக்குள்ளும் வரலாம்; வராமலும் போகலாம். விரட்ட முயன்றால் வீட்டுக்குள் நுழைந்துவிட்டால் விபரீதமாகிவிடலாம் என்று ஜீவாவுக்குத் தெரிந்திருந்தது. கும்மிருட்டில் யாரை அழைப்பது என்று தெரியாமல் நின்றாள். நேரம் இரவு பத்து மணியிருக்கும். அப்பொழுது நஃபீஸ் பாடும் குரல் சன்னமாகக் கேட்கவே, சமையலறை சன்னலிலிருந்து குரல் கொடுத்தாள். அதிர்ந்து பேசிவிடக் கூடாது என்பதில் தெளிவிருந்தது.

"டேய் நஃபீஸ்... உங்கப்பா என்னடா பண்றாரு?"

"தூங்கிட்டாரு ஜீவா."

"ஓ... நஃபீஸ்... இங்க ஒரு பாம்பு வந்து உக்காந்திருக்குடா, என்ன பண்றதுன்னு தெரியல."

"சரி... அப்பாவ எழுப்புறேன்."

"ம்ம்ம் சரி..."

சிறிது நேரத்தில் டார்ச் வெளிச்சம் வாசலில் தெரிய, ஜீவா உதவி கிடைத்த நிம்மதியில் கதவைத் திறந்தாள். எதிரில் நஃபீஸ் நின்றிருந்தான்.

"என்னடா... நீ வந்திருக்க? உங்கப்பா எங்க?"

"அவருக்கு தூக்கம் கலைய மாட்டேங்குது ஜீவா. அடிக்க வர்றாரு எழுப்புனா, அதான் நான் வந்துட்டேன் அமைதியா."

"நீ வந்து என்னடா செய்றது, கடவுளே!!"

கதிர் தூக்கத்தில் சிணுங்கினான். அவனுக்குப் பாலூட்டும் நேரம். ஜீவா செய்வதறியாது திகைத்தாள். "நான் அவனுக்குப் பால் குடுப்பேனா, இந்த பாம்பு உள்ள வராம பாப்பேனா?"

"ஜீவா... நீங்க போய் அவனப் பாருங்க. நான் இந்தப் பாம்ப ஒரு வழி பண்ணிர்றேன்" என்றான் நஃபீஸ்.

"டேய்... நீ வேற எதுவும் பண்றேன்னு அத உசுப்பி விட்றாத, அது அசையுதான்னு மட்டும் பாத்துட்டே இரு" என்று கூறிவிட்டு கதிருக்குப் பாலூட்டச் சென்றாள்.

நஃபீஸ் அங்கேயே அமர்ந்து கொண்டான். பாம்பும் அப்படியே படுத்திருந்தது. ஜீவா சிறிது நேரம் அங்குமிங்கும் கண்காணித்துவிட்டு தன்னையும் மீறி கண்ணயர்ந்துவிட்டாள். விடியற்காலையில் நஃபீஸ் அவளைத் தட்டியெழுப்பினான்.

"ஜீவா... நான் வீட்டுக்குப் போறேன், அப்பா எந்திரிச்சிருவாரு."

ஜீவாவுக்கு அப்பொழுதுதான் நினைவு வந்தது.

"டேய்... அந்தப் பாம்புடா? நா எப்படா தூங்குனேன்? நீ என்ன பண்ணிட்டிருந்த?"

"நானா, நான் அப்படியே உக்காந்திருந்தேன். அதுவும் அப்படியே உக்காந்திருந்துச்சு, விடிஞ்சதும் போய்ருச்சு. அந்தப் பக்கமா தோட்டத்துல எறங்கி மேடேறிப் போய்ருச்சு. நான் பாத்தேன்."

ஜீவா நஃபீஸை ஆதுரமாக அணைத்துக் கொண்டாள். உச்சி முகர்ந்தாள். நஃபீஸுக்கு உடல் முழுதும் சிலிர்த்தது. அவன் ஏங்கிய தாய்மையின் வெம்மை இதுதான் என்று புரிந்ததும் அவனும் அவளை அணைத்துக் கொண்டான். ஜீவாவுக்கு நஃபீஸ் செய்த அந்த உதவியில் பல உண்மைகள் புலப்பட்டன. அதில் மிக முக்கியமானது சற்றும் சம்பந்தமில்லாத ஏதோ ஒரு உயிரின் அன்புக்காக தாய்மை பூரித்து தனங்கள் கனத்து தாயமுது சுரக்கும் என்று. அன்று அவள் நஃபீஸுக்காகவும் சேர்த்து கதிருக்குப் பாலூட்டினாள்.

ஜீவா விடுமுறைக்குக் கிளம்பும்பொழுதெல்லாம் நஃபீஸ் அவளைச் சந்திப்பதைத் தவிர்த்தான். அதன் அர்த்தம் ஜீவாவுக்குப் புரிந்தது. அவள் நிறைய புறக்கணிப்புகளைச் சந்தித்தவளாததால் இந்த அன்பின் புறக்கணிப்பு அவளுக்கு இனிக்கத்தான் செய்தது. அதுவும் நஃபீஸின் குணம்தான். ஒரு மாத விடுமுறைக்குப்பின் அவனைச் சந்திக்கும்பொழுது எல்லாம் மறந்து போயிருக்கும் அவனுக்கு. ஒரு மாதத்துக்குத் தேவையான ஆங்கிலக் கட்டுரைத்

தலைப்புகள், கணக்குப் பயிற்சிப் பாடங்கள் என நஃபீஸ் செய்ய வேண்டியவற்றை அறிவுறுத்திவிட்டுச் செல்வாள்.

நஃபீஸ் எதிலும் நாட்டமில்லாமல் பார்த்திருப்பான்.

"இதெல்லாம் நான் வரும்போது முடிச்சு வெக்கலன்னா, கழுத... வீட்டுப் பக்கம் வராத... சரியா?"

நஃபீஸ் அவளை நிமிர்ந்து கூட பார்க்க மாட்டான். இது அவர்கள் இருவருக்கும் வழக்கமான ஒன்றுதான்.

விடுமுறை முடிந்து நக்ரோட்டா திரும்பிய ஜீவாவுக்கு சில மாற்றங்கள் காத்திருந்தன. அப்பகுதிக்குப் புதியதாகநியமிக்கப்பட்ட அதிகாரி கண்ஷ்யாம் ஹாசிம் கானை தன் உதவியாளராக நியமித்துக் கொண்டார். அதிகாரியின் நேரடி உதவியாளராக நியமிக்கப்பட்டதில் ஹாசிமுக்கு ஏக மகிழ்ச்சி. சலுகைகளை எண்ணியெண்ணி அவரது மனம் பூரித்தது. அவருக்குப் பணிவிடைகள் செய்து நற்பெயர் சம்பாதித்துவிட்டால் அடுத்த போஸ்ட்டிங் டெல்லியோ பெங்களூருவோ வாங்கி விடலாம். ஹாசிம் மனம் முழுதும் வியூகங்களால் நிரம்பியது. அதற்குப் பகடையாக நஃபீஸைப் பயன்படுத்த ஆரம்பித்தார் ஹாசிம். கண்ஷ்யாம் ஷர்மாவுக்கு அனைத்து விதமான தேவைகளுக்கும் நஃபீஸ்தான் ஒரே விடையாகியிருந்தான். நஃபீஸ் ஜீவாவைச் சந்தித்து பத்து நாட்களுக்கும் மேலானது. ஜீவாவும் காத்திருந்து பார்த்தாள். பிறகு ஒரு நாள் அவன் வீட்டிற்கே சென்று விட்டாள். ஹாசிம் கான் புன்னகையுடன் வரவேற்றார்.

"ஏன் நஃபீஸ் வரமாட்டேங்குறான் இப்பலாம்? கொஞ்சம் புக்ஸ் வாங்கிட்டு வந்தேன். அதான் குடுத்துட்டுப் போகலாம்ன்னு வந்தேன்."

ஜீவாவின் குரல் கேட்டதும் நஃபீஸ் சமையலறையிலிருந்து எட்டிப் பார்த்துவிட்டு திரும்பிக் கொண்டான்.

இந்த மாற்றம் புதிதாக இருந்தது ஜீவாவுக்கு.

"சரி... நாளைக்கு டியூசனுக்கு வந்துருடா" என்றாள்.

"இல்லங்க, அவன் வரமாட்டான், நம்ம கண்ஷ்யாம் சாருக்கு உதவியா அவர் வீட்டுக்குப் போறான். அவரே படிக்கவும் உதவுறதா சொல்லிருக்காரு" என்று தட்டையாகப் பதிலளித்தார் ஹாசிம்.

நப்பீஸைச் சந்தித்து ஒரு மாதத்திற்கும் மேலாகியிருந்தது. ஜீவா அவனுக்காகக் காத்திருக்கத்தான் செய்தாள். காலமாற்றங்களால் காற்றின் விசையில் இடம்பெயர்ந்துவிடும் சருகுகள் போல மனிதர்களின் வாழ்வும் சின்னஞ்சிறு மாற்றங்களாலும் பிரிவுகளாலும் கட்டமைக்கப்படுபவை என்பது ஜீவாவுக்குப் புரிந்தது.

பல நாட்கள் போலவே முக்கியத்துவமில்லாத ஏதோ ஒரு நாளின் பிற்பகலில் ஜீவாவின் வீட்டுக்கதவு தட்டப்பட்டது. ஜீவாவின் கணவன் அருள்தான் கதவைத் திறந்தான்.

"என்னடா இந்த நேரத்துல? கண்ஷ்யாம் ஸார் வீட்டுக்குப் போகலையா?"

நப்பீஸ் சிலையாக நின்றிருந்தான். ஜீவா அழைப்பதற்காகக் காத்திருந்தான். ஜீவா கூந்தலை அள்ளிமுடிந்து கொண்டே, "வாடா நப்பீஸ், ஜீவா ஞாபகம் வந்துருச்சா கடைசில?"

நப்பீஸ் முகம் முழுதும் கலக்க ரேகைகள் படர்ந்திருப்பதைப் பார்த்ததும் ஜீவா புரிந்துகொண்டாள்.

"என்னடா ஆச்சு?"

நப்பீஸ் அருகில் நின்றிருந்த அருளைப் பார்த்துத் தயங்கினான்.

"என்னடா முழிக்குற, உங்கப்பா புதுசா ஏதும் திட்டம் போட்டிருக்காரா?" என்றான் அருள்.

நப்பீஸ் எதையும் கேட்கும் நிலையில் இருப்பது போல் தெரியவில்லை. அவனுக்கு சுவாசிக்க காற்று தேவைப்படுவது போல் தத்தளித்தான். கருணை வேண்டி ஜீவாவைப் பார்த்தான்.

அழுது கொண்டிருந்த கதிரை அருளிடம் கொடுத்து விட்டு நப்பீஸை அழைத்துக்கொண்டு அவர்கள் வழக்கமாக அமர்ந்து பேசும் நெல்லிக்காய் மரத்தடிக்கு வந்தாள்.

"என்னடா நப்பீஸ்... சொல்லு..."

"ஜீவா!!" என்று தேம்பியழுதான் நப்பீஸ்.

அதற்குபின் அவன் கூறிய அனைத்துச் சொற்களும் ஒருசேர தொண்டைக் குழியை அடைத்துக்கொண்டு நின்றது ஜீவாவுக்கு. மூளை நரம்புகள் அதிர்ச்சியில் விரிந்து நாளங்களில் சூடாக ரத்தம் பாய்வதை நன்றாக உணர முடிந்தது அவளால். சிறு வயது முதல் இன்று வரை அவள் விருப்பமின்றி அவள் மீது படர்ந்த அத்தனை விரல்களின் தீண்டலும், அத்தனை பற்குறிகளின் காயங்களும், வன்மத்தோடு அவளை அழுத்திய உள்ளங்கைகளின் அழுத்தங்களும் மீண்டும் ஒருமுறை அவள் மீதெங்கும் பரவியது போலிருந்தது.

குழறிய குரலைச் சரி செய்துகொண்டாள்.

"எத்தன நாளா இப்படி?"

"ரெண்டு மூணு முறை ஆகிருச்சு, அங்க போகவே பயமாயிருக்கு ஜீவா" என்று கண்கள் கசியக் கூறினான். நஃபீஸ்.

"உங்கப்பாகிட்ட சொன்னியா?"

"இல்ல, அவுருகிட்ட சொன்னாலும் கேட்க மாட்டாரு. ஏற்கனவே ஒரு முறை சொன்னப்பவும் என்னையத்தான் அடிச்சாரு."

"சரி, உடம்பு சரியில்லன்னு போகாத ரெண்டு நாளைக்கு. நான் பாத்துக்குறேன்."

"ஜீவா... பயமாயிருக்கு ஜீவா, அந்த சாரு பேன்ட்ட கழட்டிட்டு நின்னுட்டு வா வான்னு சொல்றாரு".

ஜீவா அதற்குமேல் அவனைப் பேசவிடவில்லை. அவளே அழுது விட்டாள்.

"நஃபீஸ்... எனக்கு நீ சொல்றதெல்லாம் புரியும்தான, இதுவும் அதே மாதிரி புரிஞ்சுது... சரியா, கவலப்படாத... ரெண்டு நாளைக்குப் போகாத... சரியா? இப்ப வா தோசை சுட்டுத் தாரேன்."

ஜீவா இயங்க ஆரம்பித்தாள். ஆனால் வாழ்வில் சினிமாப் படம் போல் திருப்பங்கள் நிறைந்து இறுதியில் வில்லன்கள் தண்டிக்கப்படும் தமாஷ்கள் அரங்கேறுவதில்லை என்பது அவளுக்கு தெரிந்திருந்தது. அருளிடம் இதுபற்றி அன்றிரவே பேசினாள். அருள் மிகவும் வருந்தினான்.

"எல்லாம் சோக்குதான்டி, காசு கொழுத்துப் போயிருக்கு, பத்தாக்குறைக்கு பதவி வேற, கொழுப்பெடுத்துத் திரியுறானுங்க."

"இப்ப விஷயம் அதில்ல அருள். நஃப்ஸ்க்கு நடக்குறது சாதாரண விஷயமில்ல."

"அவங்க அப்பாகிட்ட காலையில பேசுறேன். நீ தூங்கு."

ஜீவா தூங்காமல் நஃப்ஸ் பற்றியே நினைத்திருந்தாள். இப்பொழுதெல்லாம் நஃப்ஸ் பாடுவதில்லை. சன்னலில் நின்று வேடிக்கைபார்ப்பதுமில்லை. அவனைபயம் ஆட்கொண்டிருந்தது. தனிமை, புறக்கணிப்பு... இப்பொழுது அச்சுறுத்தல். ஒரு மனிதன் வாழ்வின் மீதான அத்தனை நம்பிக்கையையும் இழப்பதற்குத் தேவையான அனைத்தும் நஃப்ஸுக்கு அடுத்தடுத்து நிகழ்வதை ஜீவாவால் உணர முடிந்தது. அவள் கடந்து வந்த அதே பாதையில் இப்பொழுது நஃப்ஸ் நிற்கிறான்.

இரண்டொரு நாட்கள் கழித்து மீண்டும் அருளிடம் பேசினாள்.

"ஆமா ஜீவா, ஹாசிம் கிட்ட சொல்லிட்டேன். அவன் காது கொடுத்துக் கூட கேக்கல. அவனுக்கு அவன் பிரச்சனை. இதுல எங்க அவனுக்கு இதெல்லாம் புரியப்போகுது."

"சரி அப்றம்?"

"அப்றமென்ன, சொல்லிட்டேன். பார்ப்போம், இந்தப் பயலையும் நம்ப முடியாது ஜீவா. உண்மையாத்தான் சொல்றானான்னு தெரியலையே."

"இதுல யாராவது பொய் சொல்லுவாங்களா அருள்? அப்படியே பொய் சொன்னாலும் அதுவும் ஏதோ ஒரு பாதிப்புனாலதான். விசாரிக்கணும் அருள்."

"நான் என்ன அவங்க அப்பனா? சொல்ல வேண்டிய விதத்துல தான் சொல்லிருக்கேன்... பார்ப்போம், விடு... ஆம்பளப் புள்ளதான, பொண்ணாயிருந்தா பயப்படலாம்.

"அருள், இதுல என்னடா ஆம்பள பொம்பள? அவன் கொழுந்தடா, உனக்கு நடந்திருந்தா? இல்ல நாளைக்கு உன் பையனுக்கு நடந்தா?"

"ஜீவா!!!!" என்று கத்தினான் அருள்.

"ஓரளவுக்குத்தான் செய்ய முடியும். இந்த டிராமா பேச்செல்லாம் எங்கிட்ட பேசாத. கண்ஷ்யாம் என் ஆஃப்பீஸர். அவன் சட்டையப் புடிச்சா வாழ்க்கைக்கும் நான் ஸ்ரீநகர் அருணாச்சல் பிரதேஷ்னு ஓட வேண்டியதுதான். நீயும் இதோட விட்ரு புரியுதா?" என்று உறுதியாகக் கூறிவிட்டுச் சென்றான்.

நியாயம்தான்; நிஜத்தை நிரூபிக்கத்தான் சாட்சியங்கள் தேவைப்படுகின்றன. பொய்யும் வன்மமும் தானாக வேர்விட்டுத் தழைக்கும் வல்லமை பெற்றவை.

ஜீவாவின் கண்களில் நஃபீஸ் தென்படவே இல்லை. ஜீவா இயலாமையில் தவித்தாள். அருள் அவ்விஷயம் பற்றி பேசுவதையே தவிர்த்தான். நஃபீஸ் உலகின் கண்களிலிருந்து ஓடி ஒளியத் துவங்கினான். அவமானத்துக்கும் தனிமைக்கும் தன்னை ஒப்புவித்துவிட்டான் நஃபீஸ்.

ஜீவா எடுக்கும் எந்த முடிவும் அருளின் வேலைக்கு நேரடியாகப் பாதகமாக முடிந்துவிடுமென்பதால், கண்ஷ்யாமுக்கு எதிராக எந்த புகாரும் அளிக்க முடியவில்லை. கண்ஷ்யாம் அப்பழுக்கற்ற அதிகாரியாக அறியப்பட்டிருந்தான். அயோக்கியர்கள் பூசிக் கொள்ளும் அதே யோக்கியச் சாயம் அவனும் பூசியிருந்தான்.

கதிரின் முதல் பிறந்தநாள் விழாவை மிகவும் விமரிசையாகக் கொண்டாடத் திட்டமிட்டு அனைத்து அலுவலக நண்பர்களையும், அதிகாரிகளையும் விருந்துக்கு அழைத்திருந்தான். முதன்முறையாக கண்ஷ்யாமைச் சந்தித்தாள் ஜீவா. ஒழுக்கசீலன் எனும் கையெழுத்திடப்பட்ட முகமும், மிடுக்கும்.

"மிஸஸ். அருள்! தென்னியந்தியப் பெண்கள் என்றால் எனக்கு ரொம்பப் புடிக்கும். அறிவும் அழகும் சேர்ந்த காம்பினேஷன். என் பேட்ச் மேட்ஸ் நெறைய பேரு சவுத் இன்டியன்ஸ்தான். தைரியமான பெண்கள்" என்று அவன் பேசிய தோரணையைப் பார்த்தால் யாருமே ஒரு நொடி அவனை யோக்கியன் என்று நம்பத்தான் செய்வார்கள்.

ஜீவாவுக்கு அவன் பேச்சில் சிறிதும் கவனம் செல்லவில்லை, அவனைப் போன்ற பலரின் முகத்திரைக்குப் பின் ஒளிந்திருக்கும் அசிங்கங்கள் அவளுக்கு நிறைய பரிச்சயமாதலால்.

கதிருக்கு வாங்கியது போலவே நஃபீஸுக்கும் புத்தாடை வாங்கியிருந்தாள் ஜீவா. அதைக் கொடுப்பதற்காக அவனை அழைத்தாள். சோர்வில் ஆழ்ந்திருந்த நஃபீஸின் முகம் அவளைக் கலங்கச் செய்தது.

"ஏன்டா இப்படி இருக்க? ஜாலியா இருடா, இன்னுமா அந்தாளு அப்படி நடந்துக்குறான்? அருள் உங்கப்பாக்கிட்ட சொல்லிருக்காரு... சரியா, நீ கவலப்படாத... சரியா?" என்று அவனைப் பிடித்து உலுக்கினாள்.

நஃபீஸ் நிமிர்ந்து ஜீவாவின் கண்களுக்குள் பார்த்தான்.

கழுதைப்புலியிடம் சிக்கிக் கொண்ட முயல்குட்டியின் மிரட்சியைக் காண முடிந்தது அந்த கண்களில். ஜீவா ஒரு நொடி தன்னையே அந்த கண்மணிகளுக்குள் கண்டு தெளிந்தாள்.

அடுத்த நாள் பிற்பகல் கண்ஷ்யாமின் அறைக்கதவு திறந்ததும் அங்கு ஜீவா நிற்பது கண்டு அவன் சற்றுத் திடுக்கிட்டான்.

சட்டென அவனது மிடுக்கை எடுத்துச் சூடிக் கொண்டு,

"வாங்க மிஸஸ் அருள்" என்றவன் வேகமாக சிகரெட் பாக்கெட்டுகளை அப்புறப்படுத்தினான்.

ஜீவா உள்ளே வந்தாள்.

"யெஸ், சொல்லுங்க மிஸஸ் அருள்"

ஜீவா அவனைப் பார்த்தாள். பார்த்ததும் கண்டுபிடிக்க முடியாத அளவுக்கு யோக்கியக்களை அந்த முகத்தில் தவழ்ந்தது.

சிரித்தாள். அவனும் சிரித்தான்.

"என்ன ஆச்சு? எனி பிராப்ளம்? அருள் சார் வரலையா?"

"இல்ல... அவர் வரல."

"ம்ம்ம்... பிளீஸ் டெல் மீ?"

தயங்கியே நின்றிருந்த ஜீவாவின் மனக்கண்ணில் நஃபீஸின் முகம் தோன்றி மறையவும் சட்டென நிமிர்ந்த ஜீவா,

"கண்ஷ்யாம், உங்க பேன்ட்ட கழட்டுங்க" என்றாள்.

அவ்விடத்தில் சிறிது நேரம் மரண அமைதி நிலவியது.

அவனது தொண்டைக் குழியின் மேடு உயர்ந்து அடங்கியதை ஜீவா பார்த்தாள்.

"உங்க பேன்ட்டக் கழட்டுங்க கண்ஷ்யாம், நஃபீஸ் இன்னிக்கு வரல, நான்தான் வந்திருக்கேன்" என்று தீர்க்கமாகக் கூறினாள் ஜீவா.

நஃபீஸ் அதற்குபின் கண்ஷ்யாமிடம் செல்ல வேண்டியிருக்க வில்லை. ஹாசிமுக்குக் கூட அதில் வருத்தம்தான். ஏன் திடிரென்று நஃபீஸை வர வேண்டாமென்று கூறினார் என்று சிந்திக்கலானார். அருள் வழக்கம்போல் அதைப்பற்றிய எந்த எண்ணமுமில்லாமல் இருந்தான். எல்லாம் இயல்பையொட்டியே இருந்தது. எதுவும் மாறவில்லை. யாருக்கும் எந்த பாதகமும் நேரவில்லை ஆனால் நஃபீஸ் அதற்குப்பின் கண்ஷ்யாமிடம் செல்வது அடியோடு நின்றுவிட்டது.

நஃபீஸ் விடுமுறைக்கு சாரஹன்பூர் செல்வதாகக் கூறினான். ஜீவா புன்னகையோடு தலையசைத்தாள்.

"போய்ட்டு வந்துரு சீக்கிரமா... சரியா" என்றாள்.

"ஜீவா, என்ன பண்ணீங்க, ஏன் கண்ஷ்யாம் சார் என்னைய அதுக்கப்பறம் வர வேண்டாம்னு சொல்லிட்டாரு?"

"ஒண்ணுமில்லடா... அன்னைக்கு பாம்பு வந்தப்போ நீ எனக்காக என்ன செஞ்சியோ அதையேதான் நானும் செஞ்சேன். அன்னைக்கு நீ பாக்குறேங்குற பயத்துல பாம்பு வீட்டுக்குள்ள வரல, அதே மாதிரி நா பாத்துட்டிருக்குறேங்குற பயம் வந்ததால அவனும் அதுக்கு மேல உன்னையத் தொல்லை பண்ணல, புரியுதா?"

நஃபீஸ் புரிந்தது போல் தலையசைத்தான். இம்முறை அவனே ஜீவாவின் அழைப்புக்காகக் காத்திராமல் தானாகவே அவள் நெஞ்சில் சாய்ந்து கொண்டான்.

அவனுடைய நிம்மதியில் ஜீவா தன்னை ஆசுவாசப்படுத்திக் கொண்டாள்.

"உனக்காக... ஓராயிரம் முறையும் முதல் முறையாக நஃபீஸ்" என்று மனதோடு கூறிக் கொண்டாள்.

—

இரண்டு ஆப்பிள்கள்

ஸ்ரீனிவாசன் பாலகிருஷ்ணன்

ஒன்றில்லை; இரண்டு கொலைகள். அடையாளம் தெரியாத அளவுக்குச் சிதைந்து போன இரண்டு உயிர்கள். வீட்டின் வெளிப்புற அறையின் நடுவில் விட்டத்தை வெறித்தபடி மல்லாக்கக் கிடந்தன. கண்கள் இருந்த இடத்தில் எதுவும் அற்று வெறுமையாக இருந்த அந்தக் குழிகள், சுற்றிலும் படர்ந்த மௌனத்தைக் கிழித்து ஏதோ சொல்ல முயன்று தோற்றுக் கொண்டிருந்தன. எவ்வித அசைவும் இல்லாமல் அவற்றைக் கூர்ந்து நோக்கினேன். தீ தன்னால் முடிந்தமட்டும் வேட்டையாடி இருந்தது. தோல் உரிந்து சிவந்து...

'கொலைகாரா! கொலைகாரா!'. சலனமற்றுக் கிடந்த அந்த அறை அப்படித்தான் சலசலக்க ஆரம்பித்தது. 'கொலைகாரா! கொலைகாரா!'. ஒரே வார்த்தை என்னை நோக்கித் தொடர்ந்து வீசப்பட்டு, தொடர்ந்து தொடர்ந்து பல்கிப் பெருகி பல்வேறு முனைகள் கொண்ட கூர் கத்தியாக உருமாறி, பின் என்னையே குத்திக் கிழித்த ஆரம்பித்தது. சலசலப்பு கொஞ்சம் கொஞ்சமாகப் பெருகிப் பெருகி பெரும் சலனமாக மாறத்தொடங்கியது.

'கொலைகாரா! கொலைகாரா!' சுற்றும் முற்றும் பார்த்தேன். என்னைத் தவிர அங்கு யாரும் இல்லை. சப்தம் கேட்டது உண்மை. ஆனால் அந்த அறையில் வேறு யாரும் இல்லை என்பது அதைவிட மிக நிச்சயமான உண்மை.

வெள்ளிக் கம்பிகள் போல் உருகி வழிய ஆரம்பித்த கூர்மையான வெளிச்சம் தீப்பட்டு வெந்துபோன அந்த உடல்களின் மீது படர்ந்து திட்டுத்திட்டாக உரிக்கப்பட்ட... வேண்டாம்... மேற்படி விவரணைகள் சூழலின் இறுக்கத்தை மேலும் அதிகரிக்கின்றன. ஏற்கெனவே பயந்துபோய் இருக்கிறேன். உள்ளுக்குள் நடுங்கிக் கொண்டிருப்பதை உணர முடிகிறது. சுற்றிலும் பரவி இருக்கும் வெளிச்சம் உறுத்தலாக இருக்கிறது. அங்கு நிகழ்த்தப்பட்ட கொலை உறுத்தலாக இருக்கிறது. அந்தக் கொலையைச் செய்தது நான் என்பதாக நினைக்கும்போது உறுத்தல் அச்சுறுத்தலாக மாறுகிறது. போதும். சம்பவம் நிகழ்ந்த சூழலை விவரிப்பதை விடவும் செய்ய வேண்டிய காரியங்கள் ஏராளம் இருக்கின்றன.

கைகளைப் பார்த்தேன். எவ்விதக் குற்றவுணர்ச்சியையும் வெளிப்படுத்தாமல் என்னை நோக்கின. இந்தக் கைகளா?

எதையும் ஏற்றுக்கொள்ள முடியாமல் மீண்டும் மீண்டும் கைகளையே பார்த்தேன். ஒரு கொலை செய்ததற்கான எவ்விதத் தடயமும் இல்லை.

துளி ரத்தம் இல்லை. வெந்து போன சதைகளின் மிச்சங்களாக அந்த இரண்டு உடல்கள் மட்டுமே கிடந்தன. தீ தன் நாவுகளைச் சுழற்றி அந்த இரு உயிர்களின் ரத்தத்தைக் குடித்து, தன் சுவடுகளை அழித்து ஒடுங்கி இருந்தது. தீயின் சுவடோ, தீக் கொண்டு கருகிய வாடையோ இல்லை. 'ஹ்ம்ம்... ஹ்ம்ம்... ஹ்ம்ம்...', யாரோ மூச்சுவிடுவது போலவும் யாரோ சப்தம் எழுப்புவது போலவும், யாரோ ஒளிந்து நின்று அந்த இடத்தை வேடிக்கை பார்ப்பதைப் போலவும் ஒரு குறுகுறுப்பு. திரும்பிப் பார்த்தேன். யாரும் இல்லை. யாரும் இல்லை என்பதை உறுதியாக நம்பமுடியாத அளவுக்குக் குழப்பம். வெந்து அடங்கிய இருவரில் யாரோ ஒருவர் என் காதுக்கு மிக அருகில் நின்று சப்தம் எழுப்புவதாக உறுதியாக நம்பினேன். 'ஹ்ம்ம்... ஹ்ம்ம்... ஹ்ம்ம்...'

ஒன்றுக்கொன்று அருகில் கிடந்த அந்த இரண்டு பிரேதங்களும் என்னையே உற்று நோக்குவதைப் போல் இருந்தது. எப்படியேனும் எங்களை இந்த இக்கட்டில் இருந்து மீட்டெடுத்துவிடு என்று கெஞ்சுவதைப் போன்ற பார்வை. இல்லாத உயிர் இருப்பது போன்ற பாவனை விளக்க முடியாத துக்கத்தை உருவாக்கியது.

இழப்பின் துக்கம் என்னைக் குற்றவாளிக் கூண்டில் ஏற்றி 'திம் திம்' என்று அதிர்ந்தது. தீயில் வெந்து தோல் உரிந்து, வெளிறிய ரோஜாப்பூ நிறத்தில் – ஆ ஆ ஆ ஆ…. அவற்றைப் பார்க்கப் பார்க்க அதிகம் நடுங்கினேன். மனம் நிலைகொள்ளாது, தொடர்ந்து யோசிக்க முடியாமல், உள்ளுக்குள் உள்ளாக ஊடுருவும் கேள்விகள் புரியாமல் அரற்றத் தொடங்கினேன். ஏன்? ஏன்? ஏன்? இனி யோசிக்க எதுவும் இல்லை; தப்பித்தாக வேண்டும்.

மிக வேகமாக இயங்கத் தொடங்கினேன். பயங்கரம் நிகழ்ந்த சுவடு தெரியாமல் அழித்தாக வேண்டும். யாருக்கும் தெரியக்கூடாது. இந்த உலகம் என்னைக் கொலைகாரன் என்று சபிக்கக்கூடாது. இந்த உலகத்தை எண்ணி அதிகம் பயப்படுகிறேன். செய்து முடித்த கொலைகளைக் காட்டிலும் மிக அதிகமாக.

ஆம். இந்த உலகம் இல்லாதவர்களைப் பற்றிக் கவலை கொள்வதில்லை. அதேநேரம் உயிரோடு இருப்பவன் மீது மண்ணை வாரித் தூற்றவும் தயங்குவதில்லை. தப்பிக்கும் வழிகளைத் தேட ஆரம்பித்தேன். ஒவ்வொரு அறையாகச் சுழன்று சுழன்று சுழன்றது யோசனை. எதுவும் புலப்படவில்லை. மனம் ஒரு நிலையில் இல்லை. திடீரென்று அமைதியாகி, பின் நிலைகொள்ளாமல் கொந்தளிக்கும் அடுத்த கணத்தைக் கட்டுக்குள் கொண்டுவரும் வழி புரியாமல், ஒரு பூனைக் குட்டியைப் போல அகப்படாமல் தப்பி ஓடிக் கொண்டிருந்தது.

முதலில் இங்கிருக்கும் உடல்களை அப்புறப்படுத்த வேண்டும். பாதுகாப்பாக. யார் கண்ணிலும் படாமல். குறிப்பாக போலீசாரின் கண்களில் படாமல். போலீஸ்? இந்த வார்த்தை உள்ளுக்குள் வடிவமெடுத்ததும் பயமும் எட்டிப் பார்க்கிறது. பயப்படுகிறேன். மனம் ஒரு வினோத ஜந்து.

மனம் ஒரு பூனையைப் போல் உருக்கொள்ளத் தொடங்கியது. எதைப்பற்றிய அக்கறையும் இல்லாத சாதுவாக; காரணமே

இல்லாமல் வெருண்டு ஓடும் பயந்தாங்கொள்ளியாக; பின் வெறிகொண்டு பாயும் மிருகமாக மனதின் தோற்றம் நொடிக்கு நொடி மாற்றம் கொள்ள, மூர்க்கமாகத் தாக்கப்பட்ட பூனையின் வேகத்தில் இயங்கத் தொடங்கினேன். 'திம் திம்' என்று அதிர்ந்து கொண்டிருந்த நடுக்கம் உடல் முழுக்கப் பரவியது. உள்ளுக்குள் பரவிய நடுக்கம் மிகப்பெரிய ஆற்றலை உருவாக்கி, அந்த ஆற்றல் கொடுத்த வேகத்தில் எடையற்று இயங்க ஆரம்பித்தேன். மின்னல் வேகத்தில் அடுத்தடுத்த காய்களை நகர்த்தினேன்.

வெளிர் ரோஜாப்பூ நிறத்தில், பாதி உரித்தும் உரிக்கப்படாமலும் கிடக்கும் மரவள்ளிக் கிழங்கைப் போன்ற அந்த இரண்டு உடல்களையும் அவசர அவரசமாக பிளாஸ்டிக் கவர்களில் சுற்றி, யாரும் பார்க்கும் முன் தோளுக்குத் தூக்கி, இரண்டு மூன்று காம்பவுண்ட் தள்ளி இருக்கும் புதரில் கொண்டு வீசியபின்தான் மனம் ஆசுவாசம் அடைந்ததைப் போல் பளீரென்று மாறியது. இனி கவலை இல்லை. குறைந்தது இரண்டு மூன்று நாட்களுக்காவது. அதாவது பிண நாற்றம் எடுக்கும் வரையிலுமாவது யாருக்கும் அங்கே இரண்டு சடலங்கள் கிடப்பது தெரியப்போவதில்லை. தெரிந்தாலும் என் மீது சந்தேகம் வரப்போவதில்லை. மனம் இலகுவாவதை உணர முடிந்தது. ஏற்றுக்கொள்ள முடியாத கொலை என்றாலும் மனம் அந்தக் கணத்தில் இருந்து தப்பிக்க முயற்சி செய்தது.

தப்பித்தல்... எத்தனை ஆசுவாசமான வார்த்தை! இல்லை இங்கு எதுவுமே ஆசுவாசம் இல்லை. இன்னமும் முழுமையாக அந்தக் கொலைகளில் இருந்து நான் வெளிப்பட்டிருக்கவில்லை.

எத்தனை முயன்றும் எதுவும் செய்வதற்கற்று மீண்டும் மீண்டும் தோற்றுக் கொண்டிருக்கிறேன். எதில் இருந்தும் தப்பிக்க முடியாமல் ஒரேபுள்ளியில் மீண்டும் மீண்டும் வந்து விழுகிறேன். உரக்கக் குரல் கொடுத்துக் கத்த வேண்டும் போல் இருந்தது. தலையை வேகமாக ஆட்டினேன். கைகளை வேகவேகமாகச் சுவரில் அறைந்தேன். பைத்தியம் போல் உருவெடுக்கத் தொடங்குகிறேன். கொலைகாரன் என்ற சொல் குறைந்து 'பைத்தியம்', 'பைத்தியம்', 'பைத்தியம்' என்ற குரல்கள் ஒலிக்கத் தொடங்கின. ஒரே வார்த்தை ஆனால் வேறுவேறு குரல்களாகக் கேட்க ஆரம்பித்தன.

வெளி அறையில் உயிரற்றுக் கிடந்த பிரேதங்களை அப்புறப்படுத்தும் வரையிலும் கைகளில் இருக்கும் குப்பையைத் தூர எறிவதைப் போல் இயங்கிவிட்டு, இனி பிரச்சனை எதுவும் இல்லை என்று ஆசுவாசமாகக் கண்களை மூடும்போது அதுவரை நிகழ்ந்த ஒவ்வொரு காட்சியும் துல்லியமாக ஞாபகத்திற்கு வந்து சம்மட்டியால் அடிக்கத் தொடங்கியது. நிற்காது பெருகும் மன உளைச்சலைத் தடுக்கும் வழி தெரியாமல், 'இல்லை... இல்லை... நான் பைத்தியம் இல்லை' என்று கத்த ஆரம்பித்தேன்.

'இல்லை. இல்லை. நான் இந்தக் கொலைகளைச் செய்யவில்லை. எனக்கும் இந்தக் கொலைகளுக்கும் துளியும் சம்பந்தம் இல்லை'. மனம் பதறியது. பயந்து துடித்தது. நடந்த ஒவ்வொரு நிகழ்வையும் ஒவ்வொன்றாகப் பிரித்துப் பார்த்து, எங்கு எப்போது பிசகினேன் என்பதை ஞாபகத்திற்குக் கொண்டுவர முயன்றேன். பின் தோற்றுப்போனேன். எப்போது வேண்டுமானாலும் போலீஸ் வரக்கூடும். தீயிட்ட கரங்களில் விலங்கு மாட்டி இழுத்துக்கொண்டு போகலாம். எத்தனை கோரமான கற்பனை. ச்சை... இல்லை. போலீஸ் என்னை இழுத்துப் போகாது. என்னை ஏன் இழுத்துப்போக வேண்டும். இல்லை நான் கொலை செய்யவில்லை. யாரைக் கொன்றேன். கொன்ற தடத்தைக் காட்டச் சொல்லுங்கள்... பார்ப்போம்? நடப்பவை அனைத்தும் பின்னோக்கி நிகழ்வது போலவும், திடீரென்று முன்னோக்கி நகர்வதும் போலவும் தோன்றியது. எது உண்மை? எந்த உண்மையில் நான் உண்மை?

நான் கொல்லவில்லை. கொலை செய்யவில்லை என்பது மட்டும் தெளிவாகத் தெரிகிறது. தெரிந்து என்ன செய்ய? அதற்கான சாட்சியம் என்னிடம் இல்லையே! அதற்காக நான் கொலைகாரனும் இல்லையே? யாருமற்ற வீட்டில் யாரோ என்னைப் பிடித்துத் தள்ளியதைப் போலவும், வெளியறையில் திடீரென என் கண்முன் இரண்டு பிரேதங்கள் தோன்றியதைப் போலவும், அவற்றை நான்தான் கொன்றேன் என்ற மாய பிம்பத்தை என்னுள் ஏற்றி என்னை நம்பவைத்து மிகக் கச்சிதமான பொறியில் என்னைச் சிக்க வைத்து... ஆகா அடடா! நடப்பது அனைத்தும் புலனாவதைப் போல் இருக்கிறது. ஆனால் யார் நம்புவார்கள்? ஒருவேளை தொடர்ந்து இதையே உளறினால் பைத்தியம்

என்று வேண்டுமானால் சொல்வார்கள். நானா பைத்தியம்? என் கண்முன் இருந்த பிரேதங்கள் நிஜம். புதைகுழிப் புதரில் நான் தூக்கி எறிந்த பிரேதங்கள் நிஜம். இன்னும் சிலநாட்களில் அவை வாய்விட்டு அலறப்போவது நிஜம். ஆனால் அவர்களைக் கொன்றது நான் இல்லை. என்ன சொல்லிப் புரிய வைப்பேன். அவர்களை விடுங்கள், நானே இரண்டாகப் பிரிந்து என்னோடு சண்டையிட்டுக் கொண்டிருக்கும் என்னின் மற்றொரு பாதியிடம் எப்படிப் புரியவைப்பேன்... நான் கொலைகாரன் இல்லை என்பதை.

"நீ கொலைகாரன்"– நான்

"இல்லை. நான் கொலைகாரன் இல்லை"– நான்

"இல்லை. நீ கொலைகாரன்"– நான்

"இல்லை... இல்லை... இல்லை... நான் கொலைகாரன் இல்லை"
– நான்

எத்தனை மறுத்தாலும் எத்தனை பலமாக மறுத்தாலும் எந்த நான் சொல்வதைக் கேட்டு எந்த நான் உடன் சமாதானமாகப் போவது? குழப்பம். மகா குழப்பம். இந்தக் குழப்பத்திற்குப் போலீஸ் தண்டனையே பரவாயில்லை போல் தோன்றுகிறது. ஹ்ம்ம் ஹ்ம்ம் ஹ்ம்ம்... திம் திம்...

***

இப்படி நடப்பது முதல்முறை இல்லை. இதற்கொரு முடிவு கட்டியே ஆக வேண்டும். எது நிஜம், எது பொய் என்பதெல்லாம் இரண்டாம் பட்சம். இவையிரண்டிற்கும் இடையே கிடந்து தவிக்கும் மனம் அடையும் உளைச்சல் இருக்கிறதே! அதுதான் சொல்லி மாளாதது.

காட்சிகளை முன்னுக்குப் பின் முரணாக அடுக்கி, கலைத்துப் போட்டு, பின் ஓர் ஒழுங்குக்குக் கொண்டு வந்து, ஆரம்பத்தில் இருந்து புதைகுழி வரைக்கும் ஒரே சீராக அடுக்கினேன். எங்கோ ஓர் இடத்தில் ஓர் அசைவு தெரிவது புலப்பட்டது. சர்வ நிச்சயமாக இது அவன் வேலைதான். கொலை நடந்தது உண்மை. இரண்டு

உயிர் போனது உண்மை. ஆனால் நான் கொல்லவில்லை. போன உயிர் என் மூலம் விடைபெறவில்லை. இரண்டில் ஒன்று பார்த்துவிடலாம். இனி விடுவதாய் இல்லை. கிடைத்த அசைவை கெட்டியாகப் பிடித்துக் கொண்டேன். கண்களைத் திறந்தால் அசைவு நின்று விடும். அசைவு நின்றால் தெளிவு கிடைக்காது.

மரவள்ளிக் கிழங்கு போல் விரிந்து கிடந்த பிரேதங்களுக்கு மத்தியில் ஓர் அசைவு தெரிந்தது. அதுதான். அவன்தான். அவனைப் பிடித்துக்கொள் என்று உள்ளுக்குள் கிடந்து குதித்தது மனம். ஒரு குட்டிப் பூனையைப் போல, கருங்குரங்கைப் போல, குட்டிச் சாத்தானைப் போல அதன் உருவம் மாறிக்கொண்டே இருந்தது. உருவம் எப்படியானாலும் அதனோடு ஒட்டியிருந்த வாலும் வாலின் நீளமும் மட்டும் மாறவில்லை. எக்கி அதைப் பிடித்தேன். பலங்கொண்ட மட்டும் அதைப்பற்றி இழுத்தேன். கையில் சிக்கவில்லை. பிரேதங்களுக்கு மத்தியில் இருந்த ஓட்டையின் வழியாக, ஒரு கருந்துளையின் வழியாக நழுவிச்செல்ல, ஏதோ ஒரு விசை என்னையும் அதனோடு இழுத்துச் சென்றது. இருக்கும் உலகத்தில் இருந்து, இல்லாத உலகம் நோக்கி வழுக்கிச் சென்றேன். புயலின் சுழற்சி, மின்னல் வேகம், காற்றின் ஓலம். இதேபோன்ற நிகழ்வு எவ்வளவு நேரத்துக்குத் தொடர்ந்தது என்று தெரியவில்லை. அனைத்தும் நின்று, எதுவும் அசையாத, எதுவும் நிகழாத மௌனம். உலகமே நின்றுவிட்டதைப் போன்ற மௌனம். லேசாகத் தலை சுற்றுவதைப் போலவும் சித்தம் கலங்கியதைப் போலவும் இருந்தது.

இருள் துல்லியமான வெளிச்சத்தைத் தருவதைப் பார்த்திருக்கிறீர்களா? இருள் துல்லியமான வெளிச்சத்தைத் தரவல்லது என்பதையாவது அறிந்திருக்கிறீர்களா? ஆம் அந்தச் சூழலின் இருள், கண்ணாடியைப் போல் துல்லியமாக இருந்தது. என் காலடியில் புத்தகம் போன்ற ஏதோ ஒன்று விழுந்து கிடப்பதைக் கவனித்தேன். அந்தக் குட்டிச் சாத்தானின் வாலினைக் கையில் பிடிக்கும்போது கூட ஏதோ ஒரு புத்தகத்தைப் பிடிப்பதைப் போன்ற உணர்வு தோன்றியதே தவிர வால் என்ற நினைப்பே இல்லை. நான் பற்றியது வால் இல்லை. தன் வாலில் அது பற்றியிருந்த புத்தகம்.

அதன் முன் அட்டையில் ஒன்றுக்கொன்று மிக அருகில் இருக்கும் இரண்டு ஆப்பிள் பழங்கள் கருமையான நிறத்தில் மிக

பளபளப்பாக வரையப்பட்டிருந்தன. கண்ணுக்கு எதிரில் இரண்டு ஆப்பிள்கள் இருப்பதைப் போன்ற துல்லியம். மெல்ல அதனை வருடிப் பார்த்தேன். எடையற்று, மிருதுவாக, பட்டுப்போல், மயிலிறகைச் சுமப்பதைப் போல்... கையில் எடுத்து முகர்ந்து பார்த்தேன். இதுவரை அனுபவித்திராத சுகந்தமான மனம். கொஞ்சம் மல்லிகை கொஞ்சம் சந்தனம் கொஞ்சம் ஜவ்வாது கலந்து கலவையான அதேநேரம் நாசியைச் சீண்டாத மணம்.

நிழலின் பிரதிகள் இருள் என்று அதன் அட்டையில் எழுதப்பட்டிருந்தது. முதல் பக்கம் வெறுமையாக விடுபட்டிருக்க, இரண்டாவது பக்கத்தில் இருந்து குழப்பமான மொழிகள், குழப்பமான சங்கேத வார்த்தைகள், ஓவியங்கள் குறியீடுகள். புத்தகத்தின் ஒவ்வொரு பக்கத்திலும் சரி, நான் வந்து சேர்ந்திருந்த இடமும் சரி இருளும் குளுமையும் நிறைந்து, பட்டொளி வீசிப் பரவின. இருள் என்ற நிறம் இதுவரை கண்டிராத பேரொளியாக உருவெடுக்க, பார்வையில் படும் யாவும் கருப்பாகவும் பளபளப்பாகவும் மின்னின.

இதுவரைக்கும் குழப்பமாக கேட்டுக்கொண்டிருந்த 'ஹ்ம்ம் ஹ்ம்ம் ஹ்ம்ம்' சப்தம் மிகத் தெளிவாக, துல்லியமாக காதுக்கு மிக அருகில் கேட்கத் தொடங்கியது. ஒற்றையாக கேட்டுக்கொண்டிருந்த ஒலி பல்வேறு உருவங்களில் இருந்து எழுவதைப் போல வெவ்வேறு குரல்களாக ஒலிக்க ஆரம்பித்தன.

இருள் எனும் பெரு ஒளிக்குக் கண்கள் பழகத் தொடங்கிய சமயத்தில், என்னைச் சுற்றிலும் என்ன நிகழ்கிறது என்பது புரிய ஆரம்பித்தது. மிகப்பெரிய மிகக் கம்பீரமான மண்டபம் ஒன்றின் மையத்தில் நின்று கொண்டிருந்தேன். என்னைச் சுற்றிலும் குவியல் குவியலாக புத்தகங்கள். ஒவ்வொரு புத்தகத்தின் முன் அட்டையிலும் இரண்டு ஆப்பிள்கள். முதலில் அவற்றை கருப்பு ஆப்பிள்களின் குவியல் என்றுதான் நினைத்தேன். பின்னர்தான் அவை புத்தகத்தில் பொறிக்கப்பட்ட ஆப்பிள் பழங்கள் என்பது நினைவுக்கு வந்தது.

நான் தனித்து விடப்படவில்லை. என்னைச் சுற்றிலும் கூட்டம் கூட்டமாக நான் பார்த்த அந்த விநோத ஐந்து போன்ற பல ஐந்துக்கள் தங்கள் உருவை மாற்றி மாற்றி ஓரிடத்தில் நில்லாமல் ஓடிக்கொண்டே இருந்தன.

இதற்கு முன் நான் உணர்ந்த மௌனம் இப்போது இல்லை. நில்லாமல் ஒலித்துக் கொண்டிருக்கும் 'ஹ்ம்ம் ஹ்ம்ம் ஹ்ம்ம்' சப்தம் இந்த ஜந்துக்களின் மொழி என்பது புரிந்தது. அவை வெளிப்படுத்தும் ஒலி ஒரே அலைவரிசையில் இல்லாமல் வெவ்வேறு விதமாகக் கேட்பதற்குக் காரணம் அவற்றின் மொழியில் இருக்கும் ஒரேயொரு வார்த்தை 'ஹ்ம்ம் ஹ்ம்ம் ஹ்ம்ம்' என்பதும் புரிந்தது.

நான் நின்று கொண்டிருப்பது மண்டபம் இல்லை. அது ஒரு தொழிற்சாலை. மிகப்பெரிய மண்டபத்தின் ஒரு பகுதியாக இயங்கிக் கொண்டிருக்கும் தொழிற்சாலை. நில்லாமல் இயங்கும் இயந்திரங்கள் ஒவ்வொன்றும் மின்னல் வேகத்தில் புத்தகங்களை அச்சிட்டு துரித கதியில் ஒரு புத்தக வெளியீட்டை நிகழ்த்திக் கொண்டிருந்தன. வந்து விழும் புத்தகங்களை வேக வேகமாக எடுத்துப் பார்த்தேன். ஒவ்வொரு புத்தகமும் பார்ப்பதற்கு ஒரேபோன்று இருந்தாலும் அவை ஒவ்வொன்றின் உள்ளடக்கமும் வேறு வேறாக இருந்தன. குவியல் குவியலாக வந்து விழும் ஒவ்வொரு புத்தகமும் அடுத்த நொடியே அப்புறப்படுத்தப்பட்டது.

அந்த வினோத ஜந்துக்களின் வாலில் கட்டப்பட்டு, தங்களுக்கு இடப்பட்ட கட்டளை போல் அந்த புத்தகங்களைத் தூக்கிக் கொண்டு ஓடின. என் கையில் இருந்த சில புத்தகங்களையும் சடுதியில் பறித்துக்கொண்டன. இப்போது கைகளில் எஞ்சி இருப்பது முதன்முதலில் ஒரு ஜந்துவின் வாலில் இருந்து பிடுங்கினேன் இல்லையா அந்த ஒரு புத்தகம் மட்டுமே.

முடிவில்லாத அந்தப் புத்தகத்தின் கடைசிப் பக்கத்துக்கு முந்தைய பக்கத்தில் ஒன்றுக்கொன்று அருகில் மிக நெருக்கமாக, பிரதி எடுக்கப்பட்டதைப் போல இரண்டு பிரேதங்கள் கிடந்தன... தோல் உரிக்கப்பட்ட இரண்டு மரவள்ளிக் கிழங்குகளைப் போல.

"திம் திம் திம்", நெஞ்சம் அதிர்ந்தது.

***

ஒரே இடத்தில் வெகுநேரம் நின்று கொண்டிருப்பதைப் போல் தோன்றவே அங்கிருந்து நடக்க ஆரம்பித்தேன். இருள் எனும் பெரு வெள்ளம் கருப்பு வைரம் போல் தகதகக்கும் விந்தையை

உள்வாங்கிக்கொண்டே ஒவ்வொரு அடியாக எடுத்து வைத்தேன். இயந்திர அறையில் இருந்து விலகி, முடிவில்லாமல் நீளும் நூலகத்தைக் கடந்து பிரம்மாண்டமான உள் மண்டபத்தை வந்து சேர்ந்தேன். நூலகத்தைக் கடக்கும்போது துளி சப்தம் இல்லை. வெறும் மூச்சுக்காற்று மட்டும் வெவ்வேறு நாசிகளில் இருந்து வெளிவருவதைப் போலக் கேட்டுக்கொண்டிருந்தது. மூக்குக் கண்ணாடி அணிந்த சற்றே பருத்த விசித்திர ஐந்துக்கள் குறிப்பெடுத்துக் கொண்டிருந்தன. பல்வேறு அடுக்குகளைக் கொண்ட அந்த நூலகமும், அந்த அடுக்குகளில் அடுக்கப்பட்ட ஒவ்வொரு பிரதியும் அதிலிருக்கும் வார்த்தைகளும் எனக்கு மிகப் பரிச்சயமானதைப் போல் உணர்ந்தேன். என் வீட்டில் நான் வசிப்பதைப் போல, எனது ராஜாங்கத்தில் நான் பீடு நடையிடுவதைப் போல மிகக் கம்பீரமாக நடந்து சென்றேன்.

அங்கிருந்தவர்கள் யாரும் என்னை ஒரு பொருட்டாக மதிக்காதது ஆச்சரியமாக இருந்தது. இது போன்ற புது இடங்களில் நுழையும் அழையா விருந்தாளியைப் பொதுவாக யாரும் விரும்புவதில்லை, வரவேற்பதும் இல்லை. நானோ எல்லையயற்ற சுதந்திரத்துடன் எவ்விதக் கட்டுப்பாடும் இன்றி ராஜநடை நடந்து கொண்டிருக்கிறேன். இங்கு நிகழும் எவையும் எனக்கு மிகவும் பழக்கப்பட்டதைப் போல, நானே பார்த்துப் பார்த்து செதுக்கியதைப் போன்ற நெருக்கமான உணர்வைத் தந்து கொண்டிருக்கின்றன. அந்த இரண்டு ஆப்பிள்கள் கூட நான் என் கைப்பட வரைந்த ஓவியம் போல, செதுக்கிய சிற்பம் போலத் தோன்றுகிறது.

பிரம்மாண்டமான உள் மண்டபத்தின் நடுவறையில் மின்னும் ஒளியுடன் கூடிய அரியாசனத்தின் மீது அமர்ந்திருந்த அந்த மூத்த ஐந்துவை நோக்கி நடக்க ஆரம்பித்தேன். அதைச் சுற்றிலும் கரும்புகை வெளியேறிக்கொண்டிருக்க, அந்தக் கரும்புகையே ஓட்டுமொத்த மாளிகையின் பிரகாசமான இருள் வெள்ளத்துக்குக் காரணமாய் இருக்கக்கூடும் என்று தோன்றியது. அதனை நெருங்க நெருங்க கால்களின் வழியே ஈரம் பரவுவதை உணர்ந்தேன். அழுது கொண்டிருக்கிறது அந்த ஐந்து. அதன் கண்ணீர் ஒரு குளம் போல் பிரவாகம் எடுத்து ஒரு குறிப்பிட்ட தூரத்துக்கு மேல் என்னால் நடக்க இயலவில்லை. அந்தக்

கண்ணீரில் மூழ்கிவிடுவேனோ என்கிற பயத்தில் மேற்கொண்டு அடியெடுத்து வைக்காமல் அங்கேயே நின்று கொண்டேன். அதன் கண்ணீர் கண்ணாடியைப் போல துல்லியமாக இருந்தது. அந்தக் கண்ணாடியின் பிரதிபலிப்பில் சர்வமும் அடங்கியிருப்பதைப் போலத் தோன்றியது.

"சாத்தான்" என்றது அந்த ஐந்து. எதுவும் புரியாமல் விழித்தேன்.

"நீ தான். உன்னைத்தான். உன்னைத்தான் சாத்தான் என்றேன்" என்றது அந்த ஐந்து.

எதுவும் புரியவில்லை. நான் சாத்தானா? இதுநாள் வரையிலும் என் மீது மிக உயரிய மதிப்பு வைத்திருக்கிறேன். இப்போது அவை அனைத்தும் சுக்குநூறாக உடைவதைப் போல வெருண்டேன். நான் சாத்தானா?

"எங்க சாமியக் கொன்ன சாத்தான் நீ"

"எங்க வம்சத்த அழிச்ச சாத்தான் நீ"

"எங்க தாயக் கொன்ன பாவி நீ"

ஏற்கனவே தீர்க்கப்படாத இரண்டு கொலை என் கணக்கில் இருக்கிறது. இது என்ன புதுக்கணக்கு? இந்த இடமும் இந்தச் சூழலும் எனக்குப் புதிது. ஒரேயொரு நல்லவிஷயம், சில விஷயங்கள் மிகப்பரிச்சயமானதைப் போல் இருக்கின்றன. யார் சாமி? யார் தாய்? அதையே கேட்டேன்.

"யார் சாமி? யாரு தாய்?"

"நடிக்காதே. எல்லாம் அறிந்தவன் நீ. எல்லாம் புரிந்தவன் நீ. நீ உருவாகிய போதே உன்னை அழிக்க நினைத்தேன். என் சாமி தடுத்துவிட்டது. இப்போ என் சாமிய நீ அழிச்சிட்ட" என்று கூறியபடி கண்ணீர் சிந்தியது அந்த ஐந்து. வேக வேகமாக தன் மூச்சை இழுத்துவிட்டது. அதுவிட்ட மூச்சில் அதைச் சுற்றித் தேங்கியிருந்த கண்ணீர்க் குளம் அலை அலையாகப் பெருக்கெடுத்தது.

"உங்கள் உலகம் உருவானபோது உருவான முதல் கரு எங்கள் அரசன். இருளன். உலகின் முதல் ஸ்ருஷ்டி அவன்.

காலத்தால் அழிக்க முடியாதவன். காலத்தால் கணிக்க முடியாதவன். எதிலும் முடிவென்பதை அறியாதவன். எதிலும் மூப்பென்பதை உணராதவன். என்றும் இளமையானவன். யார்க்கும் உயிரானவன். அவன் இன்று இல்லை. அவனைக் கொன்ற சாத்தான் நீ. இருளைக் கொன்ற சாத்தான் நீ.” அதன் வாயிலிருந்து வெளிப்பட்ட வார்த்தைகள் அக்கினியைப் போல் தகித்தன. கண்ணீர்க் குளம் சூடானது. கண்ணீரில் மிதந்த சில நிழலின் பிரதிகள் அக்கினி பட்டு எரிந்தன.

முதலும் புரியாமல் முடிவும் புரியாமல் நடப்பது யாவும் ஒரே சீராக இல்லாமல், ஒன்றுக்கொன்று முரணாக ஒரு கனவு போல்...

“என்ன நினைத்தாய்... கனவா? கனவென்றுதானே நினைத்தாய்?”

“ஆமா... எல்லாமே கனவு மாதிரி இருக்கு. எங்க ஆரம்பிச்சேன், இப்போ எங்க போகுது... எதுவுமே புரியல.”

“உண்மையைச் சொல்? சாத்தானே உண்மையைச் சொல்? உனக்கு எதுவும் புரியவில்லை?”

“சத்தியமா சொல்றேன். எனக்கு எதுவும் புரியல. உண்மையச் சொல்லணும்ன்னா நானே பயங்கர கோவத்தில இருக்கேன். உங்களோட பேச்சு என் கோவத்த இன்னும் அதிகம் ஆக்குது.”

“கோபம்தான் மிகப்பெரிய சத்ரு, கோபம் தான் மிகப்பெரிய சாத்தான். அது எனக்கும் தெரியும். ஆனால் இவற்றை எல்லாம் விட மிகப்பெரிய சத்ரு நீ.”

“நானா? சும்மா சும்மா என்னச் சொல்லாதீங்க... இங்க உங்க எல்லாரையும் பார்த்து சண்ட போட வந்தது நான். சண்ட போட வந்த இடத்துல என்ன சண்ட போட விடாம நீங்க சண்ட போட்டா எப்டி?”

“சரி சொல், என்ன பிரச்சனை?”

“சொல்றேன் கேளுங்க. என்னிக்காது ஒருநாள் நிம்மதியா தூங்க விட்டீங்களா? ஒருநாள் ரெண்டு நாள்னா பரவாயில்ல. தினமும் துர்சொப்பனம் என்றால் நான் என்ன செய்வது?” என்றேன். எதற்காக இந்த உலகத்தினுள் வந்தேனோ அதற்கான நோக்கத்தை சமர்ப்பித்தாயிற்று. அந்த இரண்டு பிரேதங்களைப்

பார்த்தபோதே புரிந்திருக்க வேண்டும் இது கனவு என்று. மூளைக்கு எங்கே புரிகிறது. நிகழும் அனைத்தையும் நம்பி, அதனோடு ஒன்றி, தன்னைக் கொலைகாரனாக நினைத்து, என்னையும் கொலைகாரன் என்று நம்பவைத்து... அப்பப்பா! முடியவில்லை. இன்றைக்கு இரண்டில் ஒன்று பார்த்து விடலாம் என்றுதான் கிடைத்த வழிகளைப் பயன்படுத்தி சண்டை செய்ய வந்தாகிவிட்டது.

"கனவு என்பது கொடை. கனவென்பது கற்பனையின் ஜீவ ஊற்று. கனவென்பது நிழலின் வடிகால்"

"இந்த தர்க்கமெல்லாம் வேண்டாம். யாருக்குக் கனவு பிடித்திருக்கிறதோ அவர்களுக்கு மட்டும் அதைக் கொடுத்தால் என்ன? எத்தனை முறை பதறி எழுதிருக்கிறேன் தெரியுமா? எத்தனை முறை கொலைகாரன் என்று நம்பி வியர்த்து ஊற்றி, எத்தனை முறை தற்கொலை செய்ய முயன்று மலை முகட்டில் இருந்து குதித்திருக்கிறேன்... தெரியுமா? எத்தனை முறை பிணங்களைக் கண்டு பதறி அழுதிருக்கிறேன். கொஞ்சமும் இரக்கமற்றவர்கள் நீங்கள். கொஞ்சமும் கருணையற்றவர்கள் நீங்கள். உங்களால் எத்தனை எத்தனை உயிர்கள் தற்கொலை செய்து மாண்டிருக்கின்றன தெரியுமா? அறிவிலிகள்." பஞ்சுப் பொதியினுள் கடப்பாறையை இறக்குவதைப் போல தேர்ந்தெடுத்து கவனமாக ஒவ்வொரு வார்த்தையாக இறக்கினேன்.

"ஹா ஹா ஹா ஹா ஹா" வெடிச்சிரிப்பு சிரிக்க ஆரம்பித்தது அந்த ஐந்து. அந்த சிரிப்பில் மகிழ்ச்சி இல்லை. கோபம் இருந்தது. எகத்தாளம் இருந்தது. தான் எனும் ஆணவம் இருந்தது.

"என்ன சொன்னாய் சாத்தானே... என்ன சொன்னாய்...? பதறி அழுதாயா? எத்தனை முறை எத்தனை பேரோடு சல்லாபித்திருப்பாய். எத்தனை முறை எத்தனை மகிழ்வாக உன் துக்கம் மறந்து ரசித்துச் சிரித்திருப்பாய். எத்தனைமுறை கள்ளங்கபடமற்ற குழந்தையைப் போல மகிழ்ந்து உவகை கொண்டிருப்பாய். எத்தனை முறை ஒரு தேவதூதனைப் போல் உருவம் கொண்டு நல்வினைகள் செய்திருப்பாய்! ஏன் அதை மட்டும் மறந்துவிட்டாய். அப்போது எங்கே போனது உன் கோபம்?" என்னைத் தாக்குவதற்கென்றே தேர்ந்தெடுக்கப்பட்ட வார்த்தைகளைப் போல தோன்றின அவை ஒவ்வொன்றும்.

ஒரு சில நிமிடங்களுக்கு எவ்விதப் பேச்சொலியும் இல்லை. அது குறிப்பிட்டதில் எவ்விதப் பிழையும் இல்லை. ச்சை... அனைத்தையும் அறிந்து வைத்திருக்கிறது கிழ ஐந்து.

"கிழ ஐந்துதான். என்ன செய்வது வயதாகிவிட்டதே. நீ செய்த காரியத்திற்கு நான் அல்லவா மாண்டிருக்க வேண்டும். பாவம் என் தேவன். பாவம் என் சாமி. பாவம் எங்கள் வேந்தன்"

மீண்டும் மௌனம்.

"என்ன சொன்னாய், அறிவிலிகள் என்றுதானே? இந்த மாய உலகம் செயல்பட என்னைப் போன்ற எத்தனை ஐந்துக்கள் இரவு பகலாக தூக்கம் அற்று ஓய்வற்றுப் பணியாற்றுகிறோம் தெரியுமா? உலகில் இருக்கும் ஒவ்வொரு ஜீவராசிக்கும் ஒவ்வொரு தனித்தனி வாசல் இருப்பதைப் போல, ஒவ்வொரு தனித்தனிக் கனவினை நாள்தோறும் உற்பத்தி செய்துகொண்டே இருக்கும் கட்டாயம் எங்களுக்கு. என்றைக்காவது நீ கண்டு வியந்த, பயந்து நடுங்கிய கனவு அதே போல் பிசகாமல் வந்திருக்கிறதா? உலகில் இருக்கும் ஒவ்வொரு மனிதர்களின் நினைவடுக்கிலும் நுழைந்து அவர்களுக்கு ஏற்ப கனவைக் கட்டமைப்பது எத்தனை சவாலான காரியம் தெரியுமா? கற்பனை வற்றிப்போகும் நாட்களில், ஜீவராசிகளின் நிராசைகளைக் கிளறி, உன்மத்தம் பிடிக்கச் செய்து தன்னிலை மறக்கச் செய்து, அவர்கள் மனதில் புதுப்புது வலிகளை விதைத்து அதன்மூலம் கதை எழுதுவது எத்தனை கடினமான காரியம் தெரியுமா? இங்கு இயங்கிக் கொண்டிருக்கும் ஒவ்வொரு இயந்திரமும் ஒரே கனவினை மீண்டும் மீண்டும் பிரதி எடுத்ததே இல்லை. அத்தனை தனித்துவமானவன் எங்கள் வேந்தன். அத்தனை கவித்துவமானவன் எங்கள் அரசன். கனவுகளின் ரட்சகன் எங்கள் இருளன்"

நிதர்சனமான மௌனம். தொடர்ந்து எதுவும் பேச இயலாமல் அது கூறிய வார்த்தைகளையும், அதன்பின் இருக்கும் உணர்வெழுச்சிகளையும் கவனித்து அதன்பின் நடந்து கொண்டிருந்தேன். எதையோ தேடிவந்து எதையோ கண்டடையும் அதிர்ச்சி மனதில் வெறுமையை ஏற்படுத்தியது.

"இதோ இங்கே ஆறு போல் தேங்கி நிற்கிறதே கண்ணீர்... அது நான் அழுது தேங்கியது அல்ல. என் தேவன் அழுது, என் தேவன்

அரற்றி அரற்றித் தேங்கிய கண்ணீர் இது. அதற்குக் காரணம் நீ. அதற்குக் காரணம் நீ ஒருவன்."

"நானா ?"

"ஆம் நீ தான். யாருக்கு வயதே ஆகாது என்று நினைத்தோமோ யாருக்குக் கற்பனை வற்றவே வற்றாது என்று நினைத்தோமோ அவனும் தன் அந்திமக் காலத்தை நெருங்கத் தொடங்கி இருந்தான். அவன்தான் எங்கள் தேவன். எங்கள் இருளன்.

கடைசி சில நாட்களாக அவனால் முன்புபோல் யோசிக்க முடியவில்லை. கற்பனையின் ஜீவ ஊற்றில் எங்கோ பிழை நேர்ந்துவிட்டது. எவ்வளவு முயன்றும் அவனால் அதனைச் சரிசெய்யவே முடியவில்லை. இதோ இந்த அரியணையில் அமர்ந்து என்னிடம் சொல்லி அரற்றினான். என்னால் எதையும் கேட்டுக்கொள்ள முடிந்ததே தவிர அவனுக்கு ஆறுதலாய் ஒரு வார்த்தை சொல்ல இயலவில்லை. அவனே கர்த்தா, அவனே புனிதன். அவனே ஸ்ருஷ்டிப்பவன். நான் அடிமை. என்னால் ஆவதற்கு ஒன்றுமில்லை. அப்போதுதான் நீ வந்தாய்."

"நானா ?"

"ஆம் நீதான் வந்தாய். கனவுலகின் வழியைக் கண்டுபிடித்து நீ இங்கே வருவது இது ஏழாவது முறை. முதல்முறை நீ வருவதற்கு முன் வரைக்கும் அனைத்தும் நன்றாகத்தான் போய்க் கொண்டிருந்தது. எப்போது நீ வந்தாயோ அப்போது ஆரம்பித்தது பிரளயம்."

ஒரு நீண்ட பெருமூச்சை இழுத்துவிட்டது அந்த ஜந்து. அதன் மேல் ஏதோ சிறிது கருணை பிறப்பதைப் போலவும் என் மீது விடைதெரியாத கேள்வி எழுவதைப் போலவும் உணர்ந்தேன்.

"நீதான் வந்தாய். வந்து தேவனிடம் முறையிட்டாய். சமீப காலமாக உனக்கு துர் சொப்பனமாக வருவதாகவும் அதனால் உன் உறக்கம் கெட்டு உன்னால் நிம்மதியாக வாழ முடியாமல் போனதாகவும். என்னிடம் நீ என்னவெல்லாம் கூறினாயோ அவற்றையெல்லாம் நீ அவரிடமும் கூறினாய். நான் உன்னிடம் என்னவெல்லாம் கூறினேனோ அவற்றை எல்லாம் அவர் உன்னிடம் கூறினார். நிற்காத வாக்குவாதம் ஒன்று உங்களுக்குள் யுத்தம் போல்

நிகழ்ந்தது. இதோ சுற்றிலும் எரிந்து சாம்பலாகக் கிடக்கிறதே... இவை அனைத்தும் உங்கள் இருவருக்கும் இடையே நிகழ்ந்த யுத்தத்தின் போது சாம்பலாகக் கருகி வீழ்ந்தவை. உனக்கொரு கனவு வந்ததாகவும், அந்தக் கனவில் இரண்டு பிரேதங்களைக் கண்டதாகவும். அந்தப் பிரேதங்கள் உனக்கு உணர்வெழுச்சியைக் கொடுத்ததாகவும்..."

"நிறுத்து நிறுத்து நிறுத்து... இது அன்றைக்கு வந்த கனவில்லை. இன்றைக்கு வந்த கனவு. இந்தக் கனவில் இருந்து மீளும் பொருட்டுத்தான் சண்டை செய்வதற்காக வந்திருக்கிறேன்."

"இன்றைக்கு மட்டும் இல்லை இதற்கு முன்னும் நீ அதற்காகவே வந்தாய். அப்போதுதான் உன் கனவுப் புத்தகத்தை எடுத்துப் பார்த்தோம். ஒரே கனவு இம்மி பிசகமால் மீண்டும் மீண்டும் அச்சிடப்பட்டிருப்பதை அப்போதுதான் கவனித்தோம்."

பெருமூச்சொன்றை வலிந்து இழுத்தது ஐந்து.

"உனக்கு எந்தக் கனவு பிரச்சனையாய் வந்ததோ அதே கனவுதான் எங்களுக்கும் பிரச்சனையாய் அமைந்தது. உன்னைப் பின் தொடர ஆரம்பித்தோம். உன்னைப் பின் தொடர ஆரம்பித்த நாளில்தான் கண்டுபிடித்தோம் என் தேவனின் கற்பனையில் நேர்ந்த பிழையை. நீதான் எங்கள் ஒளி. நீதான் எங்கள் நித்திய ஜீவன். இனி நீயே எங்கள் வழி."

"எனக்குப் புரியவில்லை."

"புரியும்படி சொல்கிறேன் கேள்... எம் வேந்தே. நன்றாகக் கேள். எங்கள் தேவனின் ஆயுட்காலம் எங்களை அறியாமலேயே குறைந்து கொண்டிருந்ததை கவனிக்கத் தவறியிருந்தோம். காரணம் கனவுகளை உற்பத்தி செய்யும் பொருட்டு அத்தனை தீவிரமாய் உழைத்துக் கொண்டிருந்தோம். என்றைக்கு நீ வந்து சண்டையிட்டாயோ, அன்றைக்கே புரிந்துவிட்டது நீயே எங்கள் மீட்சி என்று. உன் தலையணைக்கு அடியில் நீ குறிப்பெடுத்து வைக்கும் கனவுப் புத்தகத்தைப் புரட்டிப் பார்த்தோம். எவ்விதப் பிழையும் இல்லாமல் நீ எழுதி வைத்திருக்கும் அதே போன்ற எங்கள் குறிப்புகளையே எங்கள் இயந்திரம் பிரதியெடுத்துக்

கொண்டு இருக்கின்றது. நாங்களே தேடாமல் கிடைத்த தேவன் நீ. நீ பார்த்த இரண்டு உடல்கள் எங்கள் தேவனும் எங்கள் தேவியும். இது புரிந்த நாளில் இருந்து அவருக்கு மீட்சியில்லை. அவனுக்கு நேர்ந்த இன்னலை அவனால் தாங்கிக்கொள்ளவே முடியவில்லை. இறப்பற்றவன் எங்கள் இருளன்.

உலகின் முதல் கரு, அழிவற்ற வித்து. தன்னையே அழித்துக் கொள்வதைத் தவிர வேறு வழி தெரியாத எம் தேவன், தன் தேவியுடன் இணைந்து உன் இல்லத்தில் தற்கொலை செய்துகொண்டான். அதுவரைக்கும் வெளிச்சத்தைப் பார்க்காதவன் வெளிச்சத்தின் கோரத் தீற்றுக்களாலேயே தன்னை மாய்த்துக்கொண்டான்."

"நீயே எங்கள் தேவன். நீயே எங்கள் மீட்சி, நீயே எங்கள் ஒளி."

"நீயே எங்கள் இரண்டாவது வேந்தன்."

பேருரு கொண்ட அந்த ஐந்து ஓடிவந்து என் கால்களைக் கட்டிக்கொண்டது. அதன் கண்ணீர் என் பாதங்களை நனைக்கத் தொடங்கியது. அந்தக் கண்ணீர்த் துளிகளின் பிம்பத்தில் மிகத் தெளிவாக, தெள்ளத் தெளிவாகத் தெரிந்தது. ஒரு வேந்தன் உருவாகிக் கொண்டிருப்பது. நானே அந்த இரண்டாவது ஆப்பிள். நானே வேந்தன். நானே ஒளி.

—

நொண்டிக் கருப்பு

உலகன் கருப்பசாமி

"**க**ருவாட்டுக் கொழம்பு ஊத்தி வச்சிருக்கேன். அதுல இந்த நாக்குருணைய பெணஞ்சு போட்டு வந்துரு. ராத்திரிக்கி வந்து மண்டைய சொரிஞ்சிட்டு நின்ன... அம்புட்டுத்தான்."

பொண்டாட்டி பொம்மக்கா சொன்னதை அசை போட்டவாறு ஆண்டி சைக்கிளை ஓட்டிக் கொண்டிருந்தார். "அவா சொல்லுததும் சரிதான். இந்த ஒத்த உசுருக்காக மிச்ச தொண்ணூறு உசுர பட்டினி போட முடியுமா? அதுவா செத்துட்டாக் கூட நிம்மதியா போயிரும். வளத்த கையால எப்பிடி துள்ளத் துடிக்கக் கொல்ல...?" ஆடி மாதக் காற்றைப் போல எண்ணங்கள் சுழன்றடித்தன. தீ பாஞ்ச அம்மன் பீடத்தைக் கடக்கையில் எதிர்ப்பட்ட கிட்னா,

"மாமோவ்... ஆட்ட எப்போ மேலக் காட்டுக்கு பத்தப் போறய."

"பத்தணும்டே."

"ஆளு ஒரு வடியா இருக்கயளே, என்ன?"

"இந்த நொண்டிக் கருப்பதான் என்ன செய்யன்னு முழிச்சிக்கிட்டு வாரேன்."

"சரியாப் போச்சு. ஒரு நாய்க்குப் போய் இப்பிடி அல்லோலப் படுதயளா."

இன்னும் என்னவெல்லாமோ சொன்னான். பேசாமல் வண்டியை விட்டார். நொண்டிக் கருப்பு வெறும் நாய் அல்ல. அது ஆண்டியின் காவல் வீரன். அவரது பிள்ளை, சேக்காளி எல்லாம். அது ஒரு ஆலி. "பொசகெட்ட பய கெட்டித் தூக்கிருங்கான். அடுத்தவன் பெழப்புல மண்ணள்ளிப் போட்டவனெல்லாம் நடமாடும்போது, இத எதுக்குக் கொல்லணும். வாயில்லா சீவன்..." தொண்டைக்குள் திட்டிக்கொண்டே சைக்கிளை விட்டு இறங்கினார். தட்டிக்குள் கிடக்கும் ஆடுகள் கனைத்தன. நொண்டிக் கருப்பு காலடியில் வந்து நின்று விம்மியது. அது "நான் இங்கதான் இருக்கேன். நீ இப்போ தான் வாரயா" என்பதான ஒரு விசாரிப்பு அல்லது மரபு. வாய், மூக்கெல்லாம் புண்ணிலிருந்து சீல் வடிந்தது. நாற்றம் குடலைப் புரட்டியது. தூக்குச்சட்டியிலிருந்த சோற்றை கல்லில் கொட்டினார். மோந்து பார்த்தது. அணிலைப் போல கொறித்துக் கொறித்துத் தின்றது.

அன்னைக்கி வெள்ளிக்கிழமை. கூட்டுக்கு வெளியே ஒரு செம்மறி ஆடு கடிபட்டுச் செத்துக் கிடந்தது. நொண்டிக் கருப்புக்கும் கழுத்தில் காயம். வேற்று நாய் எதாவது வந்திருந்திருக்க வேண்டும். ஆண்டி கோபத்தில் கத்தினார், கருப்பை நோக்கிக் கல்லெறிந்தார். அவ்வளவுதான். ரோசத்துக்கு பிறந்த கருப்பு ஓட்டம் பிடித்தது. மூன்று நாட்களாய் ஆள் அரவமில்லை. திரும்பி வந்த போது உடம்பு முழுக்க கடிபட்ட காயங்கள். அதைப் பிடித்து கட்டிப் போட்டு மிதமான சூட்டில் வெந்நீர் வைத்து புண்ணைக் கழுவிவிட்டார். மஞ்சளை அரைத்துப் போட்டுவிட்டார். புண் ஆறிய பாடில்லை. வாநீர் வழிந்து கொண்டே இருந்தது. கருப்பு தளர்ந்து போனது. இப்போதெல்லாம் படுத்தே கிடக்கிறது. சில நேரங்களில் ஓங்காரமெடுத்து வலியில் கத்தும். ஆண்டி அதன் தலையை நீவி விடுவார். சிநேகமாக அவரைப் பார்த்துக் குழையும். அடுத்தடுத்து இரண்டு கிடாக் குட்டிகள் பாம்பு கடித்துச் செத்துப் போயின. பழைய கருப்பாக இருந்திருந்தால் எந்தப் பூச்சியும் கிடலையை அண்ட விடாது. போன வாரம் ஆட்டுக்கு ஊசி போட வந்த டாக்டர் மேல் பாய்ந்து கடித்தது கருப்பு. "இதுக்கு கோட்டி பிடிச்சிட்டு, கெட்டித் தூக்கிரும்யா" ஆளாளுக்கு கூறுபாடு சொன்னார்கள்.

ஐப்பசி மழை தொடங்கியதும் எல்லோரையும் போல ஆண்டியும் ஆட்டை ஊர்ப்பக்கம் பத்திக் கொண்டு வந்தார். தை முப்பது வரைக்கும் தாங்கும் இந்தக் காடு. ரெண்டுங்கெட்டான் காடு. கிழக்கே முழுவதும் கரிசல் பூமி. மேற்கே போனால் தாமிரபரணியின் மடி. நடுவில் மாட்டிக்கொண்ட செம்மண் புழுதி. வானம் பார்த்த பூமி. காடெல்லாம் காய்ந்து ஒரு மாதம் ஆயிற்று. குடி தண்ணீருக்காக மக்கள் ஊர் அடி பம்ப்பில் காத்துக் கிடக்கிறார்கள். ஆடு மாடுகளுக்கு தண்ணீருக்கு வழியில்லை. எல்லா கிடை ஆடுகளும் போய் விட்டன. ஆண்டியின் கிடை மட்டும்தான் இருக்கிறது. கருகிக் கிடக்கும் புற்கள் ஆடுகளின் வாய்க்கு எட்டுவதில்லை. தினமும் அரை வயிற்றோடுதான் தான் அடைகின்றன. நொண்டிக் கருப்பால்தான் தாமதம். அதை கூட்டிக் கொண்டு போவது கடினம். வீட்டில் விட்டுப் போகலாம் என்றால், இளைய மகள் மூன்றாவது பிள்ளைக்கு மாசமாக இருக்கிறாள். இன்றைக்கோ நாளைக்கோ பெற்றுவிடுவாள். பொம்மக்கா பேறுகாலம் பார்க்கப் போவாள். அங்கே கொண்டு போக முடியாது. மருமகன் கத்துவான். நாயைப் பார்த்தாலே "ச்சீ" என்பான். கடைசியாக பொம்மக்கா இப்படிச் சொன்னாள்— "நாயோட ஆயுசு பன்னெண்டு வருசந்தான். இதுக்கு பதினஞ்சு வயசு ஆச்சு. வேதனை தாங்க மாட்டாம கிடக்க ஆளுவளுக்கு எளனியும் நல்லெண்ணெயும் குடுத்து படுக்க வைப்பாவலே, அது கொல இல்ல. அது ஒரு விடுதல. அதுபோலத்தான் இதுவும். தொண்ணூறு ஆட்டக் காப்பாத்த ஒத்த நாயக் கொல்லுதது ஒன்னும் தப்பில்லய்யா."

துவங்கியது கொல்லும் படலம். ஒருநாள் எலி மருந்து. ஒருநாள் தீப்பெட்டி ஓட்டும் பசை காய்ச்ச உதவும் மயில் துத்தம். ஒருநாள் பால்டாயில். ஒவ்வொரு நாளும் கொண்டு வருவார். மனம் மறுக்கும். போகிற வழியில் ஓடைக்குள் தூக்கி எறிந்துவிட்டு போய் விடுவார். இன்று பொம்மக்கா தீர்மானமாகச் சொல்லி அனுப்பியிருக்கிறாள். இடுப்பு வேட்டியிலிருக்கும் நாக்குருணை பொட்டலத்தைத் தொட்டுப் பார்த்துக் கொண்டார்.

செம்மறிக் கூட்டத்தை எழுப்பினார். கொஞ்சம் பச்சை கிடக்கும் தைலக் காட்டுக்குப் பத்தலாமென்று யோசித்தார். வேண்டாம். அதிகாரி வந்தால் வசவு மழை பொழிவான். அரசாங்கக் காடுதான்.

ஆனால் அவன் சாதிக்காரன் மாடுகளை மேய்க்க மட்டும் அனுமதிப்பான். பறம்புக்குத் தெற்கே பத்திக் கொண்டு போனார். நீர்க் கருவைக் காட்டுக்குள் மேய விட்டார். சுமைதாங்கிக் கல்லில் ஏறி உட்கார்ந்தார். மன அலைகள் கருப்பின் பால்யத்தை நோக்கி இழுத்துச் சென்றன.

வெள்ளாங்குடி பண்டாரமும் அவன் மகனும் நார்ப் பெட்டியில் கொண்டு வந்த கண் திறக்காத நாய்க் குட்டிகளை ஒவ்வொன்றாக துரக்கி கிணற்றுக்குள் போட்டார்கள். வெள்ளாட்டுக்கு ஆமணக்கு இலைகளை ஒடித்துக் கொண்டிருந்த ஆண்டி பார்த்தார். பதற்றத்தோடு ஓடி வந்தார். பாதரவாகக் கத்தினார். 'தாய் செத்துப் போச்சு... அதனால்தான் தூக்கிப் போடுகிறோ'மென்று தகவல் சொன்னார்கள். மிச்சமிருந்த ஒற்றைக் குட்டியைப் பிடுங்கிக் கொண்டார். கீரை விதையைப் போல பளபளப்பாக இருந்த கருப்பு, ஆண்டியின் புறங்கையை நக்கியது. குசு விடுவதைப் போல முனங்கியது.

அங்கணக் குழியில் பஞ்சாரத்தைப் போட்டு அடைத்து வைத்தாள் பொம்மக்கா. ஒத்த வீட்டுக்கார பாப்பக்காவிடம் சொல்லி வைத்து, ஒத்தப் பசுவின் பாலை வாங்கி காலையும் மாலையும் புகட்டினாள். கொஞ்சம் வளர்ந்ததும் உரலில் கட்டிப் போட்டாள். கயிறு கழுத்தை இறுக்காமலிருக்க திருகாணி ஒன்றை கோர்த்துவிட்டாள். தெற்கு வீட்டு கணேசன் மகன்தான் முதலில் "கருப்பூ..." என்று உதட்டைச் சுழித்துக் கூப்பிட்டான். அதுவே பெயராகிப் போனது. அவன் ஒற்றைக் காதைப் பிடித்துத் தூக்குவான். "வீர் வீர்" ன்று கத்தும். மடியில் கிடத்தி முத்தம் கொஞ்சுவான். பல் இருக்கிறதாவென வாயைப் பிளந்து பார்ப்பான். "ஏல... கீழ விடுல, பிடி குட்டியா பொயிரப் போவுது" பொம்மக்கா ஏசுவாள். ஆண்டி வைகாசி விசாகத்துக்கு திருச்செந்தூருக்குப் போய் வருகையில் ஒரு மணி கொத்தை வாங்கி வந்தார். கருப்பின் கழுத்தில் கட்டி விட்டார். புதுக் கொலுசைப் போட்ட பெண் பிள்ளை போல அங்குமிங்கும் நடந்தது. குதியாளம் போட்டது. அதை நினைத்து ஆண்டிக்கு இப்போதும் சிரிப்பு வந்தது.

செவிட்டு முத்தையா பேரன் ஆண்டியை நோக்கி பறம்புக்குள் ஓடி வந்தான். "ஏல... ஏ... ஒப்பன ஒலி, செவிட்டு புண்ட மவனே...

எடப்பயிலே... எங்குன வந்துல ஆட்ட வுட்டுக்கிட்டு நிக்க, அவுசாரி மகனே" அடிக்கப் பாய்ந்தான். பேசாமல் ஆட்டைப் பத்தினார். பத்து வருசத்துக்கு முன்ன இருந்த ஆண்டியாக இருந்தால், கை ஓங்கும் முன்னரே அவனைக் கீழே சாய்த்திருப்பார். வயசு கூடக் கூட பகையை விலக்கவே மனசு சொல்கிறது. பறம்பு எவன் அப்பன் வீட்டுச் சொத்தும் இல்லை. அவன் தோட்டத்தை ஒட்டி இருப்பதால் துள்ளுகிறான். கேட்டால், 'என் ஆடு மாடுகளை எங்க போய் மேய்ப்பேன்?' என்பான். இது உன் காடென்றால் என்னைப் போன்ற நிலமில்லாதவன் எங்கு போவான்? நிலம் கொண்டவன் ஆண்டை. மற்றவனெல்லாம் எழுதிக் கொடுக்காத அடிமைகள்.

வேதக் கோயில் மணி இரண்டு அடித்ததும் தூக்குச் சட்டியை எடுத்தார். சோறு இறங்கவில்லை. "சாமான்ல முடி மொளைக்காத பயலெல்லாம் அடிக்க வாரான். நமக்கு எதுக்கு பாவம் புண்ணியமெல்லாம். சாயங்காலம் நாக்குருணையைப் போட்டுரு. ரெண்டு நாள்ல ஆட்டை வேறு காட்டுக்குப் பத்து" மூளை சொன்னதைக் கேட்டுக் கொண்டார்.

சாவைப் பார்ப்பது ஆண்டிக்கு ஒன்றும் புதிதல்ல. அந்த வருடம் ஐப்பசி மழை நாள் கணக்கில் கொட்டித் தீர்த்தது. குளம் குட்டைகளெல்லாம் நிரம்பி வழிந்தன. எங்கு பார்த்தாலும் தண்ணீர். பவர் ஆபீஸ் தாண்டி இதே இடத்தில் காற்றாலைகளுக்கு நடுவே கிடை கிடந்தது. விடாமல் மழை பெய்ததால் சூரியனைப் பார்த்தே பல நாள் ஆகியிருந்தது. வெட்ட வெளி தட்டிகளில் அடைக்கப்பட்டு பசியால் வாடிப்போன செம்மறியாட்டுக் கூட்டம் பேதியால் எருவ ஆரம்பித்தது. ஒட்டுவாரொட்டி நோய். ஆடுகள் செத்து மடிய ஆரம்பித்தன. பக்கத்துக் கிடை ஆட்கள் பயத்தில் வேறு இடத்துக்கு மாற்றிக் கொண்டு போனார்கள். ஏழு நாட்களில் 83 உருப்படிகள் செத்து மடிந்தன. அழுது கொண்டே தூக்கிக் தூக்கி சக்கிலியன் பொத்தையில் எறிந்தார். இனிமே எப்படி பிழைப்பை ஓட்டப் போகிறோம் என்று நினைக்கையில் ஈரக் கொலை நடுங்கியது. என்ன செய்ய? இடையனாகப் பிறந்து விட்டால் எக்காலத்துக்கும் இதுதான் கதி.

மிஞ்சிய 31 உருப்படிகளை பெரும்பாடுபட்டு காப்பாற்ற வேண்டிய

சூழலில், கருப்பை கிடைக்குக் கூட்டி வந்தார். முதலில் செம்மறிக் கூட்டத்தை கண்டு மிரண்டது. பின்னர் ஒட்டிக்கொண்டது. கருப்பின் ராசியால்தான் ஆடுகள் பெருகின என்பது ஆண்டியின் அனுமானம்.

கரிசல் காட்டில் ஜமீனுக்குக் கிடை கிடந்தது. ராசாவின் இளையமகன் வெள்ளை வேட்டி, சட்டை சகிதம் கிடைப் பக்கம் வந்தார். கருப்பு அவரைக் கண்டு விடாமல் குரைத்தது. மண் கட்டியை எடுத்து எறிந்தார். அவர் மேல் பாய்ந்து வேட்டியை உருவியது. ஜமீன் ஜட்டியுடன் நின்றார். வேட்டியைக் கடித்துக்கொண்டு புழுதியில் விளையாடியது. ஆண்டி ஓடி வந்து வேட்டியைப் பிடுங்கிக் கொடுத்து, மன்னிப்பு கேட்டார். வெட்கித் தலை குனிந்த ஜமீன்தார் அசட்டுச் சிரிப்புடன், "வேற யார்கிட்டயும் சொல்லிராத" என்றார்.

வெள்ளைப் போர் வெள்ளாடு ரெண்டு கிடா குட்டிகளை ஈன்றது. ஒன்றை சாஸ்தா கோவிலுக்கு பொம்மக்கா நேர்ந்து விட்டாள். கருப்பு அக்குட்டிகளுடன் புரண்டு விளையாடும். பொம்மக்கா தலைக்குக் குளிச்சிருக்கேன்னு சொன்ன அன்று ஆண்டி கிடையில் வந்து படுத்திருந்தார். சாமத்தில் இரண்டு களவாணிகள் வெள்ளாட்டங்குட்டியைத் தூக்க இருட்டுக்குள் பூனை நடை நடந்து வந்தார்கள். ஆண்டி குளிருக்குச் சுருண்டு ஓலைப்பாயில் படுத்திருந்தார். கருப்பு மோப்பம் பிடித்தது. பாய்ந்து சென்று ஒருவனைத் தொடையில் கடித்தது. இன்னொருவன் கையிலிருந்த அரிவாளின் புறங்கையால் ஓங்கி அடிக்க, கருப்புவின் இடப்பக்க முன்னங்காலில் பட்டு எலும்பு நொறுங்கியது. அவன் குட்டியைத் தூக்கிக் கொண்டு ஓடினான். ஆண்டி விழித்து கத்தினார். முறிபட்ட காலைத் தூக்கியவாறு கருப்பு மூன்று காலில் பாய்ந்தது. இருளில் கவ்வும் சத்தம் கேட்டது. களவாணிகள் கதறும் சத்தம் கேட்டது. ஆண்டி பேட்டரி லைட்டை அடித்து நடந்தார். வாயில் வெள்ளாட்டங்குட்டியை பூப்போல கவ்விக் கொண்டு ஒரு சிங்கத்தைப் போல வந்தான் நொண்டிக் கருப்பு. ஆண்டி வாயைப் பிளந்து பார்த்தார். அன்று முதல் கருப்பு கிடையை தன் கோட்டையாக மாற்றிக் கொண்டது. ஆண்டியின் படைத் தளபதியாக பதவியேற்றுக் கொண்டது.

குளத்திலோ கல் குவாரியிலோ ஆடுகளை தண்ணீரில் அடிக்கையில் கருப்பு குதூகலமாக முதல் ஆளாகக் குதிக்கும். கடலில் முத்தெடுப்பவனைப் போல முங்கி முங்கி எழும். அங்குமிங்கும் நீந்தி அலைந்து செம்மறியாடுகளைப் பரிகாசம் செய்யும். தை முதல் நாள் கிடைப் பொங்கல் வைக்க வந்திருந்த பொம்மக்காவை அடையாளம் கண்டுகொண்டது. முன்னங்காலை அவள் தோளில் போட்டு வரவேற்றது. இரவு அவள் படுத்திருந்த ஓலைப் பாயில் அவளுடன் படுத்துக் கொண்டது.

நான்கு வருடங்களுக்கு முன்பு முக்கூடலில் த.பி.சொக்கலால் சேட்டுக்கு கிடை கிடந்தது. இரவு கிடைச் சோறு தின்ன வந்த சேட் கருப்பைக் கண்டார்,

"நாங்க எப்பாடு பட்டு நாய்கள வேட்டைக்குத் தயார் பண்ணுதோம். உன் நாய்க்கு என்ன குடுக்க... தேக்குமாரி இருக்கு! ஒருநாள் என் கூட அனுப்பு. கொறஞ்சது பத்து முயலக் கொண்டாரேன்."

இவன்தந்தை என்நோற்றான் கொல்லெனும் சொல்லைக் கேட்ட ஆண்டி மீசையை முறுக்கிக் கொண்டார். நொண்டிக் கருப்பு அவருக்குப் பக்கவாட்டில் வந்து நின்றது. சேட்டைப் பார்த்து "உன்னுடன் வரமாட்டேன். என் உடல் பொருள் ஆவியெல்லாம் இவருக்கு மட்டும்தான்" என்பது போல் குரைத்தது.

கருப்பை நினைக்க நினைக்க ஆண்டிக்கு மனம் கலங்கியது. சூரியன் மேற்கே சாயத் துவங்கியதும் ஆட்டுக் கூட்டத்தை கிடைக்குத் திருப்பினார். நொச்சி ஓடையில் ஒரு வடலித் தூரில் கழுத்து மணிக் கயிற்றைத் தேய்த்துத் தேய்த்து இழுத்துக் கொண்டிருந்த கருப்புவை கண்டார். திடீரென இலந்தைச் செடிகளும் ஆவாரம் மூடுகளுமாய் கிடந்த புதருக்குள் பாய்ந்தது. ஆண்டி ஓடி வந்தார். புதர் அசைவது மட்டும் தெரிந்தது. சற்று நேரத்தில் வாயில் ஒரு முயலுடன் மாயான வேட்டைக்கு போய் திரும்பிய சுடலை மாடனை போல வந்தது கருப்பு.

துடிப்பு நின்று போன முயலை வாங்கியவர், ராத்திரிக்கு ரெண்டு பாக்கெட் சாராயம் வாங்கிட்டுப் போகணும் என்று நினைத்துக் கொண்டார். முயல் ரத்தத்தை வெள்ளைத் துணியில் வடித்து,

காய வைத்து, தேங்காய் எண்ணெயில் அத்துணியை போட்டுத் தேய்த்து வந்தால் பொம்பளைகளுக்கு முடி குண்டிவரைக்கும் வளரும். வயசுக்கு வந்த பேத்திக்குக் கொடுக்கலாம். இந்த நடுக்காட்டில் வெள்ளைத் துணிக்கு எங்கே போவது?

குட்டிகளை தாய்களிடம் பால் குடிக்க விட்டு, கூட்டில் அடைக்கும் போது இருட்டி விட்டது. கருப்பு கழுத்து மணியை கவ்விக் கொண்டு வந்து அவர் முன்னால் போட்டுவிட்டுப் போனது. புரியாமல் பார்த்தார். மணியை எடுத்து வேட்டியில் முடிந்து கொண்டார். மதியம் மிச்சம் வைத்த பழைய சோற்றை கல்லில் கொட்டினார். கருப்பு தின்ன ஆரம்பித்தது. நாக்குருணையை எடுத்தார். ஏறிட்டுப் பார்த்தது. "என்னய கொல்லப் போறயா?" என்பது போல் இருந்தது அந்தப் பார்வை. ஓடிச் சென்று ஓடமரத்தடியில் படுத்துக் கொண்டது. நாக்குருணையை சோற்றில் பிசைந்தார். கருப்புவை பார்த்தார். தலை கவிழ்ந்து படுத்திருந்தது.

அடுப்பில் முயல் கறி கொதித்துக் கொண்டிருந்தது. கருப்பு சோற்றைத் தின்றதாவென பொம்மக்கா கேட்டதற்கு தின்றுவிடும் என்றார். இரண்டு துண்டு கறியைத் தின்று பார்த்தார். கயிற்றுக் கட்டிலில் போய்ப் படுத்துக் கொண்டார். மனம் அரித்தது. மூன்றாம் சாமம் வரை உறங்கவில்லை. தார்சாவில் படுத்திருந்த பொம்மக்கா கவனித்தாள். புருசனை அறியா பொண்டாட்டி இப்பூவுலகில் உண்டோ?!

ஆறு பச்சிளம் குட்டிகள் கூட்டுக்குள் கண் அயர்ந்து கிடந்தன. வெளியே கருப்பு காவலுக்குக் கிடந்தது. குளிருக்கு இதமான இடம் தேடி நல்ல பாம்பொன்று கூட்டை நோக்கி வந்தது. கருப்பு கண்டு கொண்டது. துள்ளி எழுந்தது. இவன்தான் அக்கள்வன். பால் குடி மறவா ஆட்டுக் குட்டிகளைக் கொத்திக் கொன்றவன். கருப்பு குரைத்தது. வழி மறித்தது. பாம்பு தடுமாறியது. படம் எடுப்பதைப் போல் பாவனை காட்டியது. முகத்தில் சீல் வடிய நொண்டிக் காலுடன் கருப்பு நின்ற தோரணை பாம்புக்குக் கிலியை ஏற்படுத்தியிருக்க வேண்டும். திரும்பிச் செல்ல முற்பட்டது. கருப்பு விடவில்லை. முன்னே போய் நின்றது. பாம்பு கொத்த முற்பட, கருப்பு லேசாகத் தலையைச் சாய்த்துத் தப்பி, அதன்

சங்கைக் கடித்து துப்பியது. ரெண்டு துண்டாய் கிடந்த பாம்பு ஆடி அடங்கியது.

விடியற்காலம் வந்த ஆட்டு வியாபாரி, ஆண்டியின் இளைய மகள் நேற்று இரவு பெண் பிள்ளை பெற்ற சேதியைச் சொன்னான். உடனே பொம்மக்கா, "எய்யா... நீரு போய் கருப்பத் தூக்கியாரும். மக வீட்டுக்குக் கூட்டிட்டுப் போறேன். அங்குன எங்க பெரியாத்தா வீட்டுத் தொழுவுல போட்டு நான் பாத்துக்கிடுதேன். அதுவா சாவுத அன்னைக்கி சாவட்டும்."

ஆண்டியின் உள்ளத் துள்ளல் அவர் சைக்கிளை எடுப்பதில் தெரிந்தது. ஏய் கருப்பா... என்று விசிலடித்தால், ஓடி வந்து தாவி சைக்கிள் கேரியரில் உட்கார்ந்து கொள்ளும். இப்போது தூக்கித்தான் உட்கார வைக்க வேண்டும். பிள்ளையைத் தூக்க அப்பனுக்குக் கசக்குமா என்ன...? சிட்டாய்ப் பறந்தார்.

பாம்புத் துண்டுகளைச் சுற்றி சுற்றி வந்தது நொண்டிக் கருப்பு. சைக்கிள் மணிச் சத்தம் கேட்டு ஓடிச்சென்று கூட்டின் மேல் ஏறி நோக்கியது. பீடியை இழுத்தவாறு ஆண்டி சைக்கிளில் வருவதைக் கண்டது. வேகமாக போய் நாக்குருணைச் சோற்றை லவக் லவக்கென விழுங்க ஆரம்பித்தது.

திரும்பிப் போ

லிங் சின்னா

மேக்னா ஷர்மா. தேவதை அவள். டேலியா, பனித்துளி, பூஸ்குட்டி, கிளிக்குஞ்சு, சிட்டுக்குருவி, துளசிச்செடி, ஃபோட்டோகிராஃபி என்று ஒரு சொர்த்துக்குள் வாழ்ந்துகொண்டிருந்தாள். அதிகாலை தியானம் அவளை மேலும் அழகாக்கி இருந்தது. அவளைப் பொறுத்தவரை தேநீரைத் தயாரிப்பதை விட அதைப் பருகுவது என்பது ஒரு அழகான கலை. வலப்பக்கமாக கைப்பிடியினைத் திருப்பி அதற்குள் இருவிரல்களைச் செலுத்தி, மெல்ல வாசனை முகர்ந்து ஊதி ஊதி ஆவியினை விலக்கி, ஓரம் முழுவதும் பரவியிருக்கும் குமிழ்களை குளோசப்பில் ரசித்து ரசித்து அலையெழுப்பாமல், உறங்கும் குழந்தைக்கு உதட்டில் முத்தமிடுவதைப் போல தன் ரோஸ் உதடுகளால் உறிஞ்சும் அழகே ஒரு டீ விளம்பரப்படம் போல இருக்கும். அருண்மொழியின் புல்லாங்குழலிசைபோல அத்தனை மெலிதாகப் பேசுபவளுக்கு, அக்னியைக் கண்டதுமே பொசுபொசுவென வந்தது.

"அடேய்... கடங்கார நாயே... உன்னாலதான்டா எனக்கிந்த நிலைமை" என்று சி செக்ஷன் அதிர கத்தினாள்.

"ஓ அப்போ மட்டும் நல்லா இருந்துச்சா?" என்ற நர்சின் உடனடி நக்கலுக்கு அழுகையினூடே குபுக்கென்று சிரித்துவிட்டு "கோபாலு... இங்க கொஞ்சம் வாயேன்" என்று மெலிதாகக் கூப்பிட்டாள். மேக்னா காதலில் அவனை அப்படித்தான் கூப்பிடுவாள். அக்னியின் நிஜப்பெயர் கூட கோபால்தான். கோபால் எழுதிய நாவல் கோபால் எழுதிய சிறுகதை என்றால் யாரும் வாசிப்பதில்லை என்பதினால் அக்னி என்ற பெயரில் எழுதிக்கொண்டிருக்கின்றான். கொஞ்சம் அவசரக்காரன். திருமணம் முடித்து ஆறே மாதத்தில் மேக்னாவை ஒன்பது மாதம் பன்னிரண்டு நாட்களாக்கியிருந்தான்.

"வலிதாங்காமல் திட்டிட்டேன். sorry baby, இன்னொரு கல்யாணம் செஞ்சிக்குவியாடா?" என்று கண்கலங்கினாள்.

"அடி... பைத்தியக்காரி! நீ என் உசுருடி, நீ இல்லாம நான் மட்டும் இருப்பேன்னு நெனைச்சியாடி?" என்று அவளை அணைத்துக் கொண்டான்.

அக்னியின் கண்களில் கண்ணீர் கசிந்தது.

—

"ஃபோலிக் ஆசிட் கொண்ட அல்லது இரும்புச்சத்துள்ள உணவுகளைச் சாப்பிட்டிருந்தால் கூட சிசேரியனுக்கு வந்திருக்காது. ஆனால் மேக்னாவிற்கு CPD செஃப்பலோ பெல்விக் டிஸ்பிரபோர்ஷன் இருந்தது. அதாவது கர்ப்பை எலும்பின் வாய்ப்பகுதி சிறியதாக இருந்தது. கண்டிப்பாக சிசேரியன்தான் என்று டொக்டர் குணவர்தன் சொல்லியிருந்தார். கூடவே GDM அதாவது கர்ப்பகால சர்க்கரை அளவில் கொஞ்சம் அதிகம் இருப்பதனால் நிச்சயம் குழந்தை கொஞ்சம் பெரிதாக இருக்கும். அத்தோடு பிளசன்டா ப்ரீவியா என்ற நச்சுக்கொடி பிரச்சினை வேறு இருப்பதனால் கண்டிப்பாக சிசேரியன்தான், என்ன அக்னி பயப்படுறீங்களா? என்றார்.

"இல்ல டொக்டர்... நாங்க வேற காஸ்ட் ... அவ வேற காஸ்ட்... எனக்கு மேக்னா மட்டும்தான்."

"கூல்... இது எனக்கு எண்பதாவது சிசேரியன் நான் உங்களை

மாதிரி பயப்படுறனா பாருங்க?" என்று டொக்டர் மட்டும் சிரித்தார்.

—

கர்ப்பகாலத்தில் பொண்டாட்டி வயிற்றைத் தொட்டுத் தொட்டுப் பார்க்கிறது சொர்க்கம் என்றால், அவளை பிரசவத்திற்கு ஆஸ்பத்திரியில் அட்மிட் செய்துவிட்டு வார்டுக்கு வெளியே வலிக்க வலிக்கக் காத்திருப்பது நரகம் மாதிரி தோன்றிற்று. 'வெள்ளையோ கருப்போ, ஆணோ பெண்ணோ...! ஆண்டவா என் புள்ளையும் பொண்டாட்டியும் ஆரோக்கியமா இருந்தாலே போதும்' என்று மாடனை கும்பிட்டுக்கொண்டான். இதோ இன்னும் அரைமணித்தியாலத்தில் நான் அப்பாவாகப் போகிறேன் என்ற நினைப்பு வந்து வந்து நெஞ்சைக் கிள்ளியது. ஒரு மாதிரி கூசுவது போல உணர்ந்தான்.

தன் அப்பாவை நினைத்துப்பார்த்தான். இப்போது வரை இருக்கிறாரா இறந்துவிட்டாரா என்று கூடத் தெரியவில்லை. எப்போதாவது "அரசே... காணாமல் போனவர்களைக் கண்டுபிடித்துக் கொடு" என்ற பதாகைகளைத் தூக்கிக் கொண்டு கிளிநொச்சியில் வருடம் மூன்று முறை நடக்கும் போராட்டத்தில் தவறாமல் பங்கு கொள்வான். அங்கு யாராவது ஒரு தோழர் மைக்கைப் பிடித்துக்கொண்டு... "மிஸ்டர் அக்னி உங்களை டொக்டர் கூப்பிடுறார்." நர்ஸ் நின்று கொண்டிருந்தாள்.

—

அரக்கப்பரக்க டொக்டர் அறைக்குள் நுழைந்தபோது, "கங்கிராஜுலேஷன் உங்களுக்குப் பையன் பிறந்திருக்கான்" என்றார். "எங்கப்பா திரும்ப வருவாருன்னு எனக்குத் தெரியும் டொக்டர், என் வைஃப் எப்டிருக்காள்?"

"ஷீ இஸ் ஃபைன், பார்க்கலாம்... உக்காருங்க, மிஸ்டர் அக்னி பிரசவம்கிறது ஒரு பெண்ணுக்கு, "டொக்டர் அவளுக்கு மயக்கம் தெளிஞ்சிருச்சா? நான் பார்க்கலாமா?"

"ஷூர்... அதுக்கு முதல்ல... "வார்டுக்கு எப்ப டொக்டர் கொணர்வீங்க? அனீமியா ஏதும் வருமா?"

"கூல் மிஸ்டர் அக்னி... பத்துமாசம் பொறுத்துட்டிங்க, டொக்டர் ஒன்பது மாதம் பன்னிரண்டு நாள் நாலு மணித்தியாலம் இருபத்தஞ்சு நிமிஷம் பன்னெண்டு செக்கண்ட்" என்றான்.

சிரிப்பும் கோபமும் ஒருமிக்க வந்தது.

"ஸீ அக்னி, இந்த ஹொஸ்பிடல்க்கென்று சில ரூல்ஸ் இருக்கு, ஒவ்வொரு டெலிவரிக்குப் பின்னாலும் கணவன்மார்கள் இங்கு இருக்கிற மெஷின் ரூம்குள்ள டென் மினிட்ஸ் இருந்தாகணும்."

"அதலாம் டென் டேய்ஸ் கூட இருந்துக்கலாம், மேக்னாவை ஒரு வாட்டி பார்த்துட்டு."

"ப்ளீஸ் சிட்டவுன் அக்னி."

அக்னிக்கு இருப்புக்கொள்ளவில்லை; பூச்சி முண்டியது.

"ர்வஸ் ஆகாதிங்க, ஒரு டெலிவரிக்குப் பிறகு ஒரு ஆண் தெரிசிக்க வேண்டிய மிக முக்கியமான விஷயம் அந்த அறைக்குள்ளே இருக்கு, அதற்குள்ளே நீங்க போனீங்கன்னா நீங்க கற்பனையில் நினைச்சுப் பார்க்க முடியாத பலவிஷயங்கள் உங்களுக்குப் புரியும்.

அக்னிக்கு கிட்டத்தட்ட கிறுக்கே பிடித்துவிட்டது, "அப்படினா எங்க அப்பாவைப் பார்க்க முடியுமா டொக்டர்?" என்றான். டொக்டருக்கும் பிடித்துவிடும் போல இருந்தது.

"இலங்கையில் மட்டும்தான் இந்த இயந்திர அறை இருக்கிறது, இதுல இருக்க இன்னொரு ஸ்பெஷல் என்னன்னா நீங்கதான் இந்த அறைக்குள்ளே போகப்போகின்ற நூறாவது ஆள், ஒரு அசல் உலகத்துக்கான அஸ்திவாரம்தான் இந்த அறை, ஆனால் ட்ரெஸ்ஸக் கழற்றணும்."

"ஐயயே... என்னாதீது..."

"உங்க வைஃபப் பார்க்கணுமா வேணாமா?" உடனடியாக அம்மணமாகினான். அறைக்குள் தள்ளிக் கதவடைத்தார்.

—

கும்மிருட்டாக இருந்தது. எத்தனை நீளம் அகலம் உயரம் ஆழம் எதுவுமே தெரியவில்லை. திக் திக்கென்று நெஞ்சடைத்து எச்சில் விழுங்கினான். பயம் உடலெங்கும் பரவி கூதலடித்தது. அடர்வனத்துக்குள் தனியே தொலைந்துபோனவன் போல பயந்து நடுங்கினான். வியர்த்து வழிந்தது. அவனுக்குப் பின்னால் ஏதோ ஒன்று நெருங்கிக்கொண்டிருந்ததை உணர்ந்து திரும்பிப்பார்க்கும் செக்கண்டில் 'தடார்' என்று மண்டையில் ஏதோ ஒன்று தாக்கி கண்ணில் மின்னல் மின்னி ஒரு புதைகுழிக்குள் தொப்பென்று மயங்கி விழுந்தான்.

நிமிடம்...

மணித்தியாலம்....

நாட்கள் சில நகர்ந்த பின்னர் மெலிதாகக் கண் திறந்தான். அவனது பெயர் கூட மறந்து போய் இருந்தது. மெல்ல எழும்ப எத்தனித்து வலுவிழந்து வழுக்கி விழுந்தான். பசைபோன்ற பிசுபிசுப்பான திரவத்தால் அந்த அறை நிரம்பியிருந்தது. தலை மூழ்கும் பசைநீரில்கூட அவனுக்கு மூச்சுவிடவேண்டிய அவசியம் இருக்கவில்லை.

யார் நான்? சுத்தமாக மறந்து போயிருந்தான். யாரால் இங்கு வந்தேன்? ஞாபகமில்லை. எழுபது கிலோவில் இருந்த அக்னி இரண்டு கிலோவாகியிருந்தான். இருநூற்றென்பது நாட்களில் இயந்திர அறை அவனை அப்படி மாற்றியிருந்தது.

தொட்டுப் பார்த்தான், அறையின் சுவர் அங்குமிங்கும் அசைந்தது. இடம் நெருக்கி தன் பலமுழுவதும் திரட்டி சுவரை எத்தியபோது அறையின் வெளியே யாரோ ஒருத்தி தொண்டை கிழிய அலறினாள். ஒரு உயிரின் அதிகபட்ச அழுகை அது. உருண்டு புரண்டு அங்குமிங்கும் திரண்டபோது அங்கே தூரத்தில் ஒரு சின்ன துவாரம் தெரிய விருட்டென்று அதற்குள் தலைவிட்டு வெளியேற முயற்சித்தபோது, ஒரு கிழட்டுக் கை அவன் தலையை வெளியே இழுத்தெடுத்து தலைகீழாக தொங்கவிட்டு முதுகு தட்டி, "ஏலே லிங்கம்... உனக்குப் பையன் பிறந்திருக்கான்" என்று அந்தக் கிழவி சொன்னாள்.

கோபால் என்று கூப்பிட்டார் அக்னியின் தந்தை.

—

மூட்டைப்பூச்சி மனிதன்

அனாமிகா

இன்று ஏனோ வழக்கத்துக்கு மாறாக நிறைய குடிக்கிறேன் அறையெங்கும் மஞ்சு கவிழ்ந்த மாதிரி புகைச்சுருள்கள் வெவ்வேறு வடிவம் பூண்டு மெதுமெதுவாய் கலைந்து போகின்றன. ஆஷ்ட்ரேயில் நிறைய சிகரெட் துண்டுகள் ஒவ்வொரு நீளத்தில் எரிந்தடங்கிய சாம்பலில் கிடக்கின்றன. அறை தூய ஒழுங்கின்மையில் அழுக்கோடு சிதறி இருக்கின்றது. கால அலைவரிசைப்படி இரவு மாறிக்கொண்டிருக்கின்றது. ஒன்றிரண்டு மூட்டைப்பூச்சிகள் வெளிச்சம் இருளை ஒளிந்துகொள்ளச்செய்த நிழல் தடத்தில் நுழைகின்றன. என் வயிற்றினுள் எப்போழ்துதும் தீராத பசியின் உமிழ்நீர் சுரந்தபடி இருக்கின்றது. குடல்களைத் தின்றுகொண்டிருக்கிற பசி எவ்வளவு தின்று தீர்த்தாலும் சாகும்வரை அடங்காத மிருகம். என் அருகில் பெரியதொரு வட்டமேசையில் நீலநிற நெகிழி விரிப்புக்குமேல் போத்திறைச்சியின் கஷ்னங்கள் ஒரு பழைய சீனத்துப் பீங்கான் தட்டில் மிச்சம் இருந்தன. உள்ளங்கை முழுவதும் வாரியெடுத்த துண்டங்களை போதையில் வாய் முழுவதிலும் அடைத்து அதக்கினேன். இந்தச் சிறு மாமிசத்தை கடைவாயில் நன்றாக அரைத்து ரசித்துச் சுவைத்து சிறுநாவு உரச

தொண்டைக்குழி வழி இறக்கினேன்; தேவாமிர்தமாக இருந்தது. புனித நம்பிக்கையொன்று என் வயிற்றில் பெரிய பள்ளத்தில் குடல்சுவரில் மோதி விழுந்தது. பின் இரைப்பை கனம்பொருந்தி பசியின் பேய்வாயை அடைத்ததும் சற்றுநேரத்தில் தலைவலி மெல்ல மறையத் துவங்கியது. மலக்குடலுக்குள் புனிதக்கறி குசு நாற்றத்தை சூடாக தயார்செய்து சத்தமில்லாமல் வெளியிடும்போது மனிதர்களுக்கு எதிரான எல்லா தரங்கெட்ட ஒழுக்கங்களும் நாறித்தானே போகும். எப்படியோ போகட்டும். ஏன் ஏதேதோ சம்பவங்களை மண்டைக்குள் இட்டு நிரப்பி பெரும் அவஸ்தைப்படுகிறேன் என்பது புரியவில்லை. நான் ஒரு மகத்தான ஆழ்ந்த நோய்மையாளன். மிகக் குறுகிய ஆயுளின் நரம்பை அறுக்கும் குருரத்தின் வாள் பற்றி மிக நீண்ட காலமாய் அலைவுறுகிற ஒரு ராப்பட்சி நான். பறத்தலை நினைவுகூருகிற வெளியில் எனக்குள் இருக்கும் குரலின் பழங்கதை இரவு முழுவதும் எனை அலைக்கழிக்கக்கூடும்!

கண்ணாடி டம்ளரில் நிரப்பி வைத்திருந்த தண்ணீர் கலக்காத ஒரு முழு துயபோதை வஸ்துவை ஒரே முட்டாக வாய்வழியாக உடலுக்குள் ஊற்றினேன்.

சரீரமெல்லாம் சிலிர்த்தது. நாலைந்து சிகரெட்களைப் புகைத்தேன்.

மேற்கத்தியப் பனிப் பிரதேசத்தில் கடுங்குளிரில் பள்ளத்தில் இறந்துகிடந்த ஏதோ மிருகத்தின் தோலைக் கிழித்தெடுத்துப் போர்வையாக்கி என்னை நிர்வாணமாய் அதில் சுற்றிக் கதகதப்பை உணர்ந்தேன் என் அற்புதப்புகையே. அதுபோலொரு கர்ப இருள்வாயில் சுருண்டு படுத்துக்கொள்ள ஆசைப்படுகிறேன். எவையெல்லாம் சாத்தியம் இல்லையோ அவற்றைத்தானே மனம் விரும்பித்தொலைக்கிறது. இன்றிரவு என் கடந்தகால அன்புமிகு வாவேவை நினைத்துக்கொள்கிறேன். மனம் வெம்மை தகிக்கும் உடலிடமிருந்து வெகு துரம் விலகிவிட வேண்டுகிறது. துயரமும் ஆற்றாமையும் மேயும் இக்கால இரவிலிருந்து முற்றிலுமாக வெளியேறிவிடத் துடிக்கிறது. அவகாசமின்றி ஒரு துய நிம்மதியடைய நெடுநீளமாய் கொஞ்சம் மரணச் சாயல் போல் இன்றிரவில் உறங்க முடிந்தால் எவ்வளவு நன்றாக

இருக்கும்! என் கனவினை அவளுக்கு மட்டும் அவ்வளவையும் சொல்லி திகட்டத்திகட்ட முத்தமிட்டுக் கரைந்துவிடுவேன். பாவம் மிகத்தொலைவில் அவளது அறையில் நல்ல கனவுகளில் உறங்கும் அவளை என் தீவிரமான நினைவுகள் சலனிக்கக்கூடும். நான் நினைவைத் துண்டிக்கிறேன். அவள் உறங்கட்டும். என் கண்கள் லேசாய் மூடுகிறேன்.

சற்று நேரத்துக்குள் எல்லாம் மூளைக்குள் மூட்டைப்பூச்சிகள் மொய்க்கத் தொடங்கின. திடுக்கென வேகமாகத் தலை குலுக்கி இருந்த இடத்திலிருந்து கண்களைத் துடைத்தபடி எழுந்தேன். உடல் அசதியில் தலைசுற்றியது. உலகம் தன்னிச்சையில் இயங்குகிறதா அல்லது இந்த மனித மனத்தின் அலைக்கழிப்பினால் சுழல்கிறதா ஏதும் விளங்கவில்லை. பரிணாமம் நிமிர்த்திய முதுகெலும்பில் இந்த பூமியின் நிலத்தரையில் தூக்கக் கலக்கத்தில் எழுந்து கொஞ்சம் ஆடி நிற்கிறேன். லேசான நிம்மதியின்மை தத்தம்மாவின் பழைய நல்ல காலத்தில் உடுத்தியிருந்த சேலையால் என் கழுத்தை இறுக்கி சாகத்துணிந்த அற்புதம் நிறைந்த விடுபடலை போன ஞாயிறில் ஒரு பூனைக் குஞ்சு ம்யாவொலி தடுத்து நிறுத்தியது. இந்தவொரு ஆறு நாட்கள் அப்படியொன்றும் மகிழ்ச்சியாய் வாழ்ந்து விடவில்லை. இப்பொழுதும் தொங்கிக்கொண்டிருந்த அதே துணியைப் பிடித்துத்தான் நிற்கிறேன்.

ஆசனத்துளையிலிருந்து கிழிந்த உள்ளாடையிலிருந்து மூட்டைப் பூச்சிகள் தையல் பிரிந்த அரைகுறை ஆடையிலிருந்து வந்ததாகத் தோன்றியது. ஆள்காட்டிவிரலை குண்டித்துளைக்குள் விட்டு நோண்டினேன். அப்படியொன்றும் வரவில்லையென சரியாக சிரித்துக்கொண்டேன். என்ன பழக்கம் இது. அசிங்கமாக உணர்ந்தேன்.

தரையில் ஓலைப்பாய் விரித்து தலையணை இன்றி உடலைக் கிடத்தினேன். கொஞ்சம் ஆசுவாசமாக இருந்தது. ஏன் இந்த மனம் மூட்டைப்பூச்சிகளைப் பற்றி இன்று அளவுக்கு அதிகமாகச் சிந்திக்கிறது? ஒன்றும் புரியவில்லை. முதுகில் ஏதோ ஊர்கிறது. வலது கைவிரலைப் பின்புறம் திருப்பிச் சொறிந்தேன்; சுகமாக இருந்தது. எப்பொழுதும்போல் கைகளை தலைக்கு அணைக்கக்கொடுத்து படுத்தேன். கண்களை மேல்நோக்கி

அமர்த்தினேன். மேல்சாரத்திலிருந்து விடுபட்ட சிலந்தி நூலைப் பிடித்து என் நெஞ்சுக்கு நேராக இறங்கிக்கொண்டிருந்தன மூட்டைப்பூச்சிகள். மீண்டும் பின்புறம் கடி எரிச்சலோடு எழுந்து திரும்பிப்பார்த்தேன் மூட்டைப்பூச்சியொன்று ஓலைப்பாயின் சின்னத் துளைவழியாக மேலே ஏறி தலைசாய்த்த இடத்துக்கு மெல்ல நகர்ந்துகொண்டிருந்தது. அதை நசுக்கினேன்; விரலில் மூட்டைப்பூச்சியின் மரணநாற்றம். பாயைச்சுற்றிப் பார்த்தேன்; நூற்றுக்கணக்கான மூட்டைப்பூச்சிகள் மேலே ஏறுவதும் இறங்குவதுமாக இருந்தன. எங்கெங்கும் மூட்டைப்பூச்சிகள் கூட்டம் கூட்டமாக இந்த அறை முழுக்க வந்து நிறைந்திருக்கின்றன. குடிக்க வைத்திருந்த தண்ணீர் நிரம்பிய டம்ளரில் சிலதைப் பிடித்து சின்ன சுழிய நீர்ப்பரப்பில் மிதக்கவிட்டு சிறிதுநேரம் விளையாடினேன். ஒன்றும் சாவதாய் இல்லை சனியன். ஆற்றிலிருந்து மீன்களைப்பிடித்து நிலத்தில் விட்டுக்கொல்வதுபோல் மூட்டைப்பூச்சிகளை அச்சிறிய நீரில் முக்கிக்கொன்றேன். மனதுக்குள் விகாரமாய்ச்சிரித்துக்கொண்டேன். என் பரிதாபங்கள் மீது ஈக்கள் வந்தமர்வதை வெகுவாக விரும்பியிருக்கிறேன். பரவாயில்லை, மூட்டைப்பூச்சிகளாவது பாவம் இந்த உடலைக் கடித்துக் கொண்டாடட்டுமே...!

ஆனாலும் கடுங்கோபம் தலைக்குள் புரண்டது. என் மனிதம் நசிந்து நசிந்து மூர்க்கம்கொண்டு மிருகமாய் ஆவதாய் உணர்ந்தேன். மூட்டைப்பூச்சிகளை உக்கிரமாய் நசுக்கிக் கொன்று கொண்டிருந்தேன். எனக்குள் இத்தனை வன்மம் வளர்ந்ததை நானே என்னிடமிருந்து தள்ளி நின்று வேடிக்கை பார்க்கிறேன். நான் எனை நோக்கும் உயரம் பிரமாண்டமாகி, நிழலின் பெரு உருவம் பற்றி வளர்கிறதை மெழுகுச் சுடரின் தீபநடன அசைவில் அவ்வளவு ஆகி இருந்தேன். நான் ஒருவன் மட்டும் வாழும் உலகத்தில் இருக்கிறேன். என் மனக்காதுகளுக்குக் கேட்கும்படி ஏதோ பேசிக்கொண்டிருக்கிறது. நான் சரியில்லை. இந்த அகால இரவில் மனம் நிலைத்தன்மையில் இருந்து விலகிக்கொண்டே இருக்கிறது. குழப்பங்கள் கூட்டிக்கட்டி ஒரு பொதியாக்கி மஜ்ஜையும் எலும்பும் நரம்பும் மூளையும் ரத்தமும் சதையுமான என் ஜென்ம உடலிடம் பெரும் அழுத்தம் களமாகிக் கொண்டிருக்கிறது. காலம் தன் பயணத்தின் சப்தத்தை டிக் டிக் டிக் என நகர்த்துவது கேட்கின்றது.

மீண்டும் பசிக்கிறது. தண்ணீர் குடிக்கிறேன். குடல்புழு உறுப்பை உண்கிறது.

மூளையைக் கழுவி விடவேண்டும். அறையெங்கும் குரூரமான சாவின் நெடி அசலாய் நாறியது. புழுத்த நாற்றம். கூடவே மனித இரத்தத்தின் வாடையும் குமட்டியது. திரும்பிய இடமெல்லாம் மூட்டைப்பூச்சிகள்; மேலும் மேலும் மூட்டைகளை நசுக்கினேன். அதன் மிகச்சிறிய வயிற்றிலிருந்து தெறித்த இரத்தம் தரையில் விநோதமான சித்திரத்தை வரைந்திருந்தது. பல இரவுகள் பழக்கப்பட்டதுதான் என்றாலும் இன்று கூடுதலாகவே மூட்டைப் பூச்சிகள் வந்திறங்கியிருக்கின்றன. கண்களில் தூக்கம் வேறு தேங்கி நின்றது. விளக்கை அணைக்க விருப்பமில்லை. இருள் எனைக் கொல்லும் என்பதாக நான் நினைக்கும் அதே நம்பிக்கையில் வெளிச்சமும் எனைச் சிதைக்கும் என்பதை தீர்க்கமாகவே நம்புகிறேன். இச்சிறிய உயிரிகளின் தொந்தரவு காரணத்தால் இந்த வெளிச்சத்தை அனுமதிக்கச் சம்மதிக்கிறேன். இப்போதைக்கு இருளைவிட வெளிச்சம் எனக்கு நல்லதாகப்பட்டது.

மனது ஒரு விநோத உணருயிரி. ஒருபாடு துயரங்களையும் காட்சிகளையும் மிகத்துல்லியமாய் எனக்குள்ளிருந்தே அது நிகழ்த்துகிறது. அது தருவிக்கும் அன்றாடங்களில் வலியை மட்டும் சுகிக்கப் பழகித் தருகிறதை பெரும்பாலும் அனுமதித்திருக்கிறேன்; தவிர்க்கவும் விரும்பியிருக்கிறேன். ஒரு நாடோடிபோல எங்கெங்கோ பெயர் தெரியாத ஊர்களில் திரிய வைத்திருந்ததை ஓர்மைகளில் ஆழமாய் சேகரித்திருக்கிறது. சில சமயம் விடுவிக்கக்கோரும் அதனிடமிருந்து தப்பித்தலை வேண்டுமென்றே அலட்சியமாய்க் கடக்கச்செய்திருக்கிறது. பலசமயம் புகையினூடாக ஏதோ ஆசுவாசம் அடைந்திருப்பதாய் நம்ப வைத்திருக்கிறது. புத்தியை சமநிலைக்குக் கொண்டுவர பெரும் பிரயத்தனம் செய்வதை நோய்போல் கொண்டாடிக் களித்திருக்கிறேன்.

ஒரு பட்டாம்பூச்சியின் பறத்தலை இரசிக்காத மனநிலையைப் போல் இந்த இருள் காற்றின் உயிரற்றதன்மை வெறுமையை தருவிக்கிறது. பலதுகளில் புரிந்துகொள்வதான முயற்சியில் தோற்றுப் போனதில் எனை பலமாக குற்றப்படுத்தியிருக்கிறேன்.

பலவீனத்தை யாசிக்க விரும்புகிறதை மறைமுகமாகப் பிடித்திருந்தது. காலம் ஆகச்சிறந்த ஆசான் என்பதை பலநூறு தோல்விகளிலிருந்து அனுபவப்பூர்வமாக உணர்ந்திருக்கிறேன். எப்படியும் வாழ்ந்தாக வேண்டிய நிர்ப்பந்தம் இருப்பதால் சகிக்கப் பழகிக்கொண்டிருக்கிறேன். இன்று முடியாதுபோல் இருக்கிறது.

இன்று இந்த இரவில் படுமோசமாகச் சிதைந்துவிடுவேன். என்ன செய்வதென்று தெரியவில்லை; பயமாக இருக்கிறது. அதற்குள் பெரும் மதிப்புமிக்க வாழ்விலிருந்து அப்புறப்படுத்த அவசரப்படுத்தும் என்னனந்த ஆழ்ந்த குரலின் வக்கிரம் தீவிரமடைந்திருக்கிறது. இந்தக் கணம் அருகில் யாரும் இல்லை. வாசிக்க முடியாத அளவுக்கு நெருக்கம்நெருக்கமாக கிடைத்த காகிதங்களில் குழந்தையைப்போல் கிறுக்கித்தள்ளினேன். ஆன்மாவை இந்த சுழியவடிவ பூமியின் நிலம் நோக்கியும் இப்போதைக்கு இருத்தியிருக்கிறேன். மலைபோல் பிரமாண்டமாய்க் குவிந்த புழுதி மணலின் முதுகையையும், பலமாய் காற்றிடையில் வெய்யிலின் கந்தகவாசத்தையும், பனியின் குளிரிடைக்குள்ளும் அந்தரங்கமாய் காமம் தீண்டும் உயிரியின் பரிணாம தத்துவங்களையும், மொழியச்சொல்லும் அந்தக் குரலை அதன் தனித்த யாரும் இதுவரை அறியாத இரகசியத்தையும், இடம்பெயர்க்க அழுந்தித் தள்ளி மூளுகின்றன.

அதோ மண்டைக்குள் மேலும் குரல்களில் ஆக்ராந்த சப்தம் என் மனிதத்தை உறுவியணிந்து அலைவுறுகிறது. உடலின் மேல்தோல் ஆயிரங்கோடித் துகள்களாய் உதிரித்தபடி இந்த இரவைக் கடக்க முனைகின்றன. எல்லா சாதனைகளின் பின்னிலும் ஒரு அழுத்தமான துயரத்தின் சொல் உக்கிரமாய் உலுக்கிக் கொண்டிருக்கிறது. அது நெடிய வலியை வாழ்வின் மொத்த இருண்மையை எல்லா காலநேர கணங்களிலிருந்தும் சன்னமாய் கசிந்து வழிவதை வெறுமென வேடிக்கையோடே கடந்து செல்வதென்பது பசிக் கொடுமையைவிட கனமானது.

என்னுடலின் எடை கூடியும் குறைந்தும் இலகுவாகியும் பாரமாகியும் உணர்கிறேன்.

இத்தனிமையை பரிபூரணமாய் ஒரு சில நிகோடினில் உயிர் கரைக்கும் புகையை முரணினூடாக வளைய வளையமாய் ஊதி அனுபவித்துக்கொண்டிருக்கிறேன்.

ஒரு பழையது மாதிரி இருந்துவிடக் கூடுமெனில் தத்தம்மையின் தசைமடியில் படுத்துக் கிடந்தபடி இதேபோல் இரவொன்றில் ஏகதேசமாய் நக்ஷத்திரங்களை ஒரு நேர்க்கோட்டில் துவங்கி மறுபூமி மணல்வெளியில், ஆகாசம் நோக்கியும் அம்புலி வெளிச்சம் தாழ இறங்கியும் அணுங்கிச் சரியும், பின்பு கானல் பாம்பெனவும் ஊர்ந்து நகர்ந்த அக்கதைவெளியில் நின்று நிறைய நிறைய எண்ணிக்கொண்டிருந்த காலத்தை நினைவுகூர்கிறேன். பலநூறு முகங்கள்கொண்டவனாய், பல்லாயிரம் நாவுகள் கொண்டவனாய், பலலட்சம் உருவங்கள் கொண்டவனாய், மரங்கள் பேசுகிற காலத்தில் ஏறியேறி உயரம் அடைந்திருக்கிறேன். மாடுகள் பேசுகிற காலத்தில் ஆடிப்பாடிக் கூடிக்களித்துக் கிடந்திருக்கிறேன். தொன்மப் பழசிபழும் மூளைப்புழு உண்டுசெரித்து மூன்று காலினூடாக ஓடித்திரிந்திருக்கிறேன். மர்மஜந்தவின் முதுகிலமர்ந்து வெவ்வேறு சப்தங்களினூடாக அவ்வுயிரின் நிலத்தில் வாழ்ந்து தீர்த்திருக்கிறேன். நாகரீகமற்று ஒரு நினைவில் இக்கணம் இருக்கிறேன். மீண்டும் மீளுருச்செய் எனை ஜனித்த தத்தம்மையின் கர்ப்பந்தே. கருவிருளில் எனைச் சுமந்து ஒருமுறை பிரசவிக்கக் கூடுமெனில் நான் மூளைப்பசியின்றி வாழநேரலாம்!

தூக்கம்வேறு கண்களை அழுத்தியது. சுவரில் சாய்ந்தபடி மெல்லச்சரிகிறேன். இந்த மனம் இன்றைய உக்கிரத்தில் இருந்து வெளிவர மறுக்கிறது. மண்டை கனத்துப்போய் உடல் நடுக்கம் கண்டு அவ்வப்போது சிறுசிறு பதற்றம் ஏறி, பயம்கொண்டு ஆடுகிற இந்த உடலை, சற்று கண்ணயர்ந்து கிடப்பில் போட்டதும், ஏதேதோ கண்ட காட்சிகளும் மனித வதையின் ஓலங்களும் தூக்கி உலுக்குகிறது. இதுவெல்லாம் சகி என்கிறது மூளையா மனமா?

ஒரு கொடுங்கனவில் என் சயனித்த உடல்மீது இன்னொரு பூதஉடலின் கனம் புரண்டு படுக்கையில், பூமியின் அச்சிலிருந்து திசைகளற்ற பால்வெளியில் ஒரு தும்பி இறகின் கனத்தில் மிதந்தலைந்தது ஒரு அகால உயிரி. கொடிய மிருகத்தின் அலரல்போல் என் தனிமையின் மீது மூட்டைப்பூச்சிகள் மனிதரத்தம் குடிக்கக் கூடுகின்ற தரித்திரத்தை எதுவெல்லாமோ எனக்குள் வழங்கிப்போயிருக்கின்றது. எப்படியாவது எனை முழுவதும் மறந்துபோய் இந்த இருளிலிருந்து முற்றிலுமாகத்

தொலைந்துபோனால் எவ்வளவு நன்றாக இருக்கும்? நாளை புதிதாய் ஜனிக்கப் பிரியப்படுவேன் நீட்சியே.

சுகவீனத்தில் உயிர்பெருக்கிச்சுருங்கி விரிக்கிற அருபக் காட்சியினுள்ளே இருக்கிற ஆத்மக்குரலொன்று, அலறியடித்துக் கொண்டு விழும் கேமராவைப் பிடிக்க முயல்கின்றது, அதற்குள் அது உடைந்து சில்லுச்சில்லாய் சிதறிப்போகின்றது. ஒரு துண்டு லென்ஸ் எடுத்து இந்த உலகைப் பார்க்கிறேன், அத்தனை அகோரமாய்த் தெரிந்தது. என் கனவில் கேமராக்கள் உடைந்துகொண்டே இருக்கின்றன. என்னிடம் இல்லாத ஒன்று அடிக்கடி உடைபடும்போது ஏன் பதற்றமாகிறேன்? எங்கும் க்ளிக்குளின் சப்தங்கள். இருதயத்துடிப்பு வாழ்வின் கடிகையை வேகமாக ஓடவைத்திருக்கிறது. அதன் டெசிபெல் மனிதமூளை உணரி செல்லின் நரம்பால் உணர்ந்துகொள்ள முடியாது போவது எத்தனை துரதிஷ்டமானது.

கனவுகள் அற்புதமானவை. அதன் உலகில் பல்வேறு நிறமிகளினூடாக ஒருகாலத்தில் திரிந்திருக்கிறேன். அதியற்புதமான காட்சிகளை ஆழுங்காணமுடியாத ஓர்மைக்குள் சிக்குண்டு மனித சஞ்சாரமற்ற உலகின் முதல் கரும் ஆழத்தில் இப்பொழுதும் நீந்தத்தொடங்கி அருகாக ஆசைப்படுகிறேன். என் அற்புதமே நான் ஒளி, நான் பெரும் நிறை, நான் அசையும் உடலின் ஆன்மா, நான் இயற்கையில் ஒரு சிறு தூசு, நான் யாரிடமும் சரணடைதலை விரும்புகிறவன் அல்லன். ஆனாலும் ஒளிச் சத்தை உள்வாங்கிக்கொள்ளும் கருந்துளைபோல் சூன்யம் என்கிற அநாதைக்காலம் என்னை என் உயிரின் பேராற்றலை என் அழுக்கை அப்பழுக்கு இல்லாமல் வாங்கிக்கொள்ளும். நான் கனவில் எல்லாமுமாக நீந்துகிறேன். அங்கேயும் வந்து தொலைக்க வேண்டுமா பீடைப்பூச்சிகள். என் கண்களிலிருந்து மூட்டைப்பூச்சிகள் வெளியேறி வருகின்றன. மூக்கின் துவாரத்தில் சளிபோல் ஒழுகி வருகின்றன. காதுகளில் இருந்தும் வரிசையாய் வருகின்றன. மேலும் பல்லிடுக்கில் உள்நாவில் தாடையில் கழுத்தின்கீழ் அக்குள்களின் ஓரத்தில் தொப்புள் குழியில் இருந்தும்கூட கசகசவென வருகின்றன. மர்ம உறுப்பின் துளையில், விதைக்காய் மயிரிலிருந்தும் வருகின்றன. மேலேயும் சிலதுகள் அடிவயிற்றின் தோலைக்கிழித்து இறங்குகின்றன.

வேகமாக அதன் வழியே என் கைகளைவிட்டு இரைப்பையிலிருந்து அகப்பட்ட அத்தனை மூட்டைப்பூச்சிகளையும் அள்ளியெடுத்து வெளியே உதறினேன். கனவில் அசைந்த கைகள் என் உடல் சாய்ந்த சுவரில் மோதிக் கலைத்தது. உயிர்போகும்வலி; கைகளை தொடையிடுக்கில் அழுத்திப்பிடித்தேன். விரல்களின் காயத்திலிருந்து மூட்டைப்பூச்சியொன்று இரத்தத்தில் மிதந்தபடி இருந்தது. அது என் மனிதரேகையைப்பிடித்து ஒட்டிநின்றதைக் கவனித்தேன். பாவமாய் இருந்தது. தனித்துவிடப்பட்ட மூட்டைப்பூச்சியது என்னிடம் வசமாகச் சிக்கிக்கொண்டதை அது உணர்ந்திருக்கும். என்ன செய்ய... அதன் சாவு என் இரத்த அணுக்களில் இரைச்சுவை திரவத்தில் இருக்கின்றதை அறியாது போனது அதன் மகாதுயரம்தான்.

பசியில் இருக்கும் ஒரு சிறிய உயிரியை எப்படிக்கொல்வது? வயிறு நிறைக்கும்வரை என் இரத்தத்தை உறிஞ்ச அனுமதித்தேன். பிறகு நிதானமாக என் இடதுகையில் இரத்தம் ஒழுகும் நடுவிரல் முனைக்கு அதனை நகர்த்திக்கொண்டேன். நன்றாகத் தரையைநோக்கி குவித்தேன். தொங்கி நிற்கும் இரத்தத்துளிக்குள் அதன் சிறியயுடல். உள்ளுக்குள் பலமாகச் சிரித்துக்கொண்டேன். மீச்சிறு உயிரின் மீதுதான் எத்தனை வன்மம் எனக்கு. உயிரிகளிலேயே அதிகம் ஆதிக்கம் கொண்ட உயிரியல்லவா மனித இனம். எத்தனை சிறிய பெண் உறுப்பாய் இருந்தாலும் வேட்டை மிருகம் போல் யோனிவெறி நக்கக்கூடிய ஐந்துக்கூட்டத்தில் பிறந்ததின் நாசமல்லவா நானும். இரத்தக்குளத்தில் உணவிலேயே அபாரமான அதன் மரணம் நிகழ்ந்துகொண்டிருக்கிறதை பார்த்து மகிழ்ச்சியடைகிறேன்.

சமயம் பார்க்கிறேன். காலம் எங்களுக்குள் சுருங்கி கணிதமிடுகின்றன. ஒவ்வொரு எண்ணுக்குள் இருந்தும் மூட்டைப்பூச்சிகள் உற்பத்தியாகி வெளிவருகின்றன. காலம் எவ்வளவு அழுத்தமான நாற்றப் பரிணாமத்தை நிகழ்த்திக் கொண்டு நகர்த்துகின்றது. அச்சம் கழிவறைக்குள் போய் தாழிடச்சொல்கிறது; செல்கிறேன். இந்த இரவுக்குள் நேற்றின் நிம்மதியின்மை கூடியிருக்கிறது. சற்று தாவிக் கடந்தால் போதும்... நிச்சயம் வாழ்தலைவிட மரித்தலுக்கான நியமங்கள் போதுமான அளவுக்கு வளர்ந்திருக்கக்கூடும். கழிவறை தாழ்திறந்து

அடைக்கிறேன். என் வயிற்றுக்குள் மலத்தின் நாற்றம் குதப்பின் துளை வழியாக காற்று பிரிகிறது. மலத்தைக் கழிக்கிறேன் கெட்டிப்பட்டு உருளை உருளையாக வெளியேறியது. எழுந்து நின்று பார்க்கிறேன். மலத்திலிருந்து மூட்டைப்பூச்சிகள் தடுக்கித்தடுக்கி உருண்டைகளின் மேலே சுற்றிக்கொண்டிருந்தன. எனக்குள் ஏதோ நிகழ்கிறது. உண்மையில் அவை மூட்டைப்பூச்சிகளா அல்லது நானே உருவாக்கிக்கொள்கிறேனா? தெரியவில்லை. உடல்மேல் நனைக்கப்போகிறேன். எல்லாம் சரியாகிவிடும் பயப்படாதே மனமே, நீரால் ஆறுதல் கிடைக்கும் நம்பிக்கையில் ஆடை களைந்து ஷவரைத் திறந்தேன். தூறும் நீர்த்துளிகள் என் நிர்வாணத்தை நனைத்தன. குளிர்ந்த தண்ணீரில் ஆழ்மிறழ் சரிந்து எல்லாவற்றிலிருந்தும் விலகி வெளியேறுகிறதை அழுக்கினூடாக காண்கிறேன். தூய்மை கவனத்தைக் கேலிசெய்ததுபோல் என்னுள், குவியும் ஆழ்ந்த இன்முகக் கண்ணின் கூர்மையில். கழுத்துக்குக் கீழ் உடலைக் கூட்டிக்கட்டி கைகால்களை இடம் மாற்றி தைத்து வைத்து ஒரு விநோதமான ஜீவியை உயிர்ப்பிக்கின்றதை நானே இருவேறாய்ப் பிரிந்து கண்டேன். அஞ்சினேன்... அசடனே... இந்த வாழ்வின் திமிரில் அற்புதங்கள் என்று ஒன்று நிகழாது போகின்றதை இந்த சொற்பகால வாழ்வில் அனுபவத்தில் அடைந்த துன்பத்தில் நொந்திருக்கிறேன். என் சிந்தனையில் பல்லாயிரம் மூட்டைப்பூச்சிகள் மூளை அடுக்ககங்களிலிருந்து வந்து கொண்டிருக்கின்றது. அரக்கர்களே... என்னை நெருங்காதீர். நான் கொஞ்சம் இருளறையிலிருந்து சுடரை வாங்கி வந்திருக்கிறேன். சற்றுப்பொறு இந்த இரவு முடிவுக்கு வரட்டும். நானே எனை முற்றிலும் அணைத்து அழித்துக்கொள்கிறேன். அதற்குள் என்ன அவசரம்.

நனைந்து கொண்டிருக்கிற உடலின்மேல் வழிந்தோடும் தண்ணீரில் மூட்டைப் பூச்சிகள் இறங்கின. புறங்கையால் அழுத்தி தள்ளிவிடுகிறேன். அருவருப்போடு உடலை உதறினேன். என்னைப் பிய்த்து எறிந்துவிடப் போராடுகிறேன்; முடியவில்லை. உயிர் கூட்டுக்குள் பத்திரமாய் இயங்குகிறது. உடல்தான் தண்டனையை அனுபவிக்கிறது. என்ன பிறவியிது. நான் சவரிலிருந்து விலகினேன். துளைகளிலிருந்து மூட்டைப்பூச்சிகள் நீர் சரடைப் பிடித்துக்கொண்டு ஜலதாரியில் துள்ளி விழுகிறது. சடாரென ஷவரை அடைத்தேன். சொட்டும் துளிகளுள் அது

உருவாகி வருகின்றது. மூட்டைப்பூச்சிகளினால் மன அழுத்தம் கூடிவிட்டதை உணர்கிறேன். உள்வேதனையிலிருந்து தப்பிப்பதற்கு சுயமைதுனம் செய்கிறேன். ஆணுறுப்பிலிருந்து விந்தோடு ஒட்டிக்கொண்டு மூட்டைப்பூச்சிகள் வந்ததை உச்சம் அடைந்த திருப்தியின்றி நோகிச்சாகிறேன். எதிலும் நிம்மதியில்லை; உடலும் மனமும் முழுமையாய் இசைந்துபோக மறுக்கிறது.

வெளியே எங்கேயாவது சென்றுவந்தால் சரியாகிவிடும். எத்தகைய பாதுகாப்பற்ற தன்மையில் இருக்கிறேன். உடையணிந்துகொண்டு கழிவறையிலிருந்து வெளியேறி தெருவுக்கு வந்தேன். வானம் மேகங்கள் நிலா எல்லாம் அதனதன் இயங்குதலில் இருக்கின்றன. தெருவிலிருந்து இறங்கி மெயின்சாலையை வந்தடைந்தேன். நான் ரோகியில் பிசுபிசுக்கத்தொடங்கியிருந்தேன். யாருமற்ற சாலையில் சிகரெட்டை ஊதிக்கொண்டு அப்படியே நிறைய தூரம் நடந்து கடந்து வந்துவிட்டேன். இருளின் ஈர்ப்பு கனகச்சிதமாக வசீகரிக்கிறது. கட்டிடங்கள் வண்ணநிறங்களில் அழுகுபடுத்தியிருக்கிறார்கள். மரங்களின் மகரந்தச் சேர்க்கையின் மணம் என் மனதையும் உடலையும் புத்துணர்வோடு இயங்கச்செய்கிறது. வானத்தில் நட்சத்திரங்கள் மினுங்குகையில் மேகங்களுக்கு இடையில் நிலா தன் வெண்மையின் சுழியத்திற்குள் மலைகளின் நிழலை புகைப்படம் போல் நிறுத்தி வைத்திருந்தது. இப்பொழுது நான் ரோகியிலிருந்து விடுபட்டதுபோல் உணரப்பட்டேன். அதற்கு மனப்பூர்வமாக நன்றி சொன்னேன்.

ஒரு பெண்ணைத் தேடி தெருக்கள் சாலைகள் என அலைந்து அவள் வீட்டுக்கே வந்துவிட்டேன். அவ்வப்போது என் நோய்மையைக் குணமாக்கும் நறுமணம் கமழும் மூலிகைப்பெண் அவள். அவளறையில் தாகித்து நோக்கி நிற்கிறேன். அவள் எனைக் கண்டுகொண்டாள். மெல்லச் சிரித்தாள். கொஞ்சம் காலம் நன்கு வாழ்ந்தமுகம் அவளுக்கு. என் மனப்பிணியை நீக்கக்கூடியதென நான் நம்பிய ஆத்மா அவளுடையது. அன்பொழுக மானசீகமாக நானவளைத் தழுவிக்கொண்டேன். அவலத்தின் நாடகத்தில் அவள்தான் மகாராணி. துயரத்தின் பேயிருப்பிலும் அவளின் சிரிப்பு பேரழகாயிருந்தது. நெருங்கி வந்தாள். கண்களால் பேசினாள். காமம் எத்தனை அழகாய் உள்ளூரச்செய்கிறது. வெட்கமுறும் பெண் அருகில் நிற்பதும்

காண்பதும் அந்தரங்கத்துக்குத் தேவையாயிருந்தது. கைகளைப் பிடித்திழுத்தாள். ஓங்கி அரவணைத்தாள். அவள் பிடியிலிருந்து தப்பிக்க நான் விரும்பியதேயில்லை. அது உயிரியக்கத்துக்கே எதிரானது. ஆம்... அது ஆத்ம ஜீவிதாவின் உடல். அவள் முன் ஒப்பனையற்று நிற்கலாம். தாராளமாக ஏற்றுக்கொள்வாள். அவளிடம் பாசிசம் துளியும் இல்லை. அவளுக்குத் தேவை அர்ப்பணிப்போடு மார்புகளில் புதையும் ஒரு உயிர். அவளது பெருந்துயரத்தையும் போக்கும் ஒருடல். இன்றிரவு நானாய் இருப்பதில் பெருமகிழ்ச்சியடைகிறேன். என் மொத்த காய்ச்சலையும் இன்று தணித்துவிடுவாள். உடல்பசியோடு வருபவனை பெண் என்பவளின் அருமருந்து குணப்படுத்திவிடும். சர்வநிவாரணியயவள்.

நான் இரக்கமின்றி மிருகம்போல் அவள்மேல் முயங்கினேன். என் எல்லா மூர்க்க குண வெறிகளுக்கும் அவள் தன்னை முழுமையாக இரையாக்கச் சம்மதித்ததுபோல் இயங்கிக்கொண்டிருந்தாள். கன்னங்கள் உதடுகள் முத்தங்களால் இருவரும் மாறிமாறி வாரியிறைத்தோம். பெண்மை பொங்கும் மார்புகள் தீண்டி தொப்புள்குழிக்குள் முத்தமிட்டு தொடையிடுக்கில் முழுமுற்றாகக் கரைந்துபோயிருந்தேன். அவளிடமிருந்த மூலிகை மணம் நாறத்தொடங்கியது. நாக்கிலிருந்து நிணநீர் வழியே மூட்டைப்பூச்சிகள் ஒழுகி வந்தன. காறித்துப்பிவிட்டு அவளைப் பார்க்கிறேன். மூலிகைப்பெண்ணின் அக்குல் மயிர்களை சிலதுகள் பிடித்துக்கொண்டிருந்தன. முலைக் காம்புகள், தொப்புள் குழி, பின் அல்குல் என மூட்டைப்பூச்சிகள் கொழுத்தெழுந்து வந்துகொண்டிருந்தன. நான் அவளிடமிருந்து அறையிலிருந்து வீட்டிலிருந்து தெறித்தோடி அகால இருட்டில் மனம் பிசகியவன்போல் கடுமையாக ஓடினேன். கால்களை ஏதோ தடுக்க பெரிய குப்பைமேட்டில் பலமாய் மூர்ச்சையாகி விழுந்தேன்.

சிறிது நேரம் கழித்து சில தெருநாய்கள் வியர்க்கும் நாக்கு தொங்கிக்கொண்டு என் அருகில் உர்ர்ர் உர்ர்ர் என குரைத்து வருகின்றன. நான் மயக்கத்திலிருந்து சன்னமாகத் தெளிந்தேன். கைகள், கால்கள், தொடைகள், முகம், காதுகள், தலையென கிடைத்த இடமெல்லாம் கடித்துக் குதறின.

வலியால் நான் உயிர்நோகத் துடித்தேன். கருணையற்ற பசி எல்லா ஜென்மங்களுக்கும் ஜீவகாருண்யமில்லாமல் இயற்கை கொடூரமாய் வழங்கியிருக்கிறது. பலமாய் தொண்டை கிழியக் கத்தினேன். குப்பைக் கூழாங்கற்கள்மேல் உருண்டேன். இரண்டு மூன்று நாய்கள் அதன் வாயில் சிக்கிய என் உடலின் சதைக்கறியோடு திசைக்கொரு பக்கம் ஓடின. மறுபடியும் உடலைச் சுருட்டி விரித்து நெளிந்தேன். கோரப் பற்களிலிருந்து இரத்தம் சொட்டச்சொட்ட இரண்டு நாய்கள் படுவிகாரமாய் என் ஏதோ சதை பாகங்களை இழுத்து நார்நாராய்க் கிழித்தபடி சண்டையிட்டுக்கொண்டிருந்தன. தரைவரை தொங்கி நின்ற என் உடல்கறியின்மேல் நாய்களின் கண்கள் கூர்ந்து நோக்கியன. பின் அதன் பார்வை வாழ்தலுக்கான நியம கொலைகளை சத்தியத்தின் நேரெதிர்த் திசையில் நின்று வலிமையின் உயிர்த் தங்குதலின் நேர்மையான மிருககுணத்தில் கம்பிரமாய் உர்ர் ரென எதிரித் தன்மையோடு வியர்த்து வழியும் நாவைச் சப்பிக்கொண்டு மெல்ல இருளுக்குள் ஓடி மறைந்தன. பெரும் காயத்தின் வலியில் நான் திமிறி ஆவேசம்கொண்டு எழுந்தேன். கடைசியாக என் இடது கைவிரல்களை ஒரே ஒரு நாய் வாயில் கடித்து இழுத்துக்கொண்டிருந்தது. உக்கிரமாகி உலுக்கி விடுபட முனைந்தேன். விரல்களின் எலும்புகள் உடைந்து வளைந்து சுக்குநூறாகிப் பிய்ந்த கொஞ்சம் மிச்சமாகிக் கிடைத்தது. தலைக்குள் ஏறிய குருரவெறி நாயின் கழுத்தைப் பிடித்து ஒரு சுற்று சுற்றினேன். கழுத்தின் எலும்புகள் உடைந்தன. திருகித்திருகி தலையைத் தனியாகப் பிய்க்க முயன்றேன். படுதோல்வி அடைந்தேன். மேலும் ஒரு நாயைக் கொன்ற வெற்றி சிறிதும் இன்றி சாக்கடைக்குள் வீசியெறிந்தேன். மீண்டும் எனக்குள் திருப்தியின்மை. சாக்கடைக்குள் கொலைசெய்த நாயின் பிணத்தின் மீது குதித்து குடல்களை கற்களால் நசித்தேன். அதன் கண்களைக் குத்திக் கிழித்துப் பேரானந்தம் அடைந்தேன். என் உடலெங்கும் சாக்கடைக்கழிவின் நாற்றம். நாயின் நாற்றம் என் மனித உடலின் ரத்தக் காயங்களின் நாற்றம். மிகநாறிப்புழுத்தன. அங்கங்கே கழிவுப் புழுக்கள் என்மேல் ஊறி நெளிந்தன. நான் அலட்சியமாய் அப்படியே நடந்து போகத்தொடங்கினேன்.

சுற்றிலும் கும்மிருள். நான் வெளிச்சத்தில் தார்ச்சாலையில் நடக்கிறேன். கால்களின் அடிப்பகுதி சகதியில் சிக்கி எழுவதாய்

உணர்ந்தேன். கீழே குனிந்து பார்க்கிறேன். கோடிக்கணக்கான மூட்டைப்பூச்சிகள் ஒன்றன்மேல் ஒன்றாக மேலே ஏறியேறி ஒரு நீளமான ரயில் மாதிரி ஏதோ தேசத்துக்கு அளவிறுதியில்லா வெளிக்குப் போய்க்கொண்டிருந்தது. நான் அதன்மேல் நடக்கிறேனா...? அய்யோவென கொஞ்சம் வேகமாக தார்ச்சாலையிலிருந்து மணற்பாதைக்கு தாண்டிக்குதித்தேன். பதற்றமாக இருந்தது. நிலத்தைப் பார்க்காதே என்று எனக்குள் இருந்த குரல் தீவிரமாகக் கட்டளையிட்டது. நான் அதன்படி நடக்கத்தொடங்கினேன். இருபக்கமும் மெர்க்குரி வெளிச்சம் இருளை அகற்றியிருந்தது. கம்பங்களை அதன் உயரம்வரை உற்றுநோக்கினேன். மெர்க்குரி வெளிச்சம் பீ நிறத்தில் உமிழ்ந்தது. மெல்லமெல்ல அவ்வெளிச்சம் மூட்டைப்பூச்சிகளை உண்டுபண்ணத் தொடங்கியது. நான் நடப்பதிலிருந்து ஓடுவதற்கு மாறியிருந்தேன்.

வெளிச்சம் பெய்யும் மஞ்சளிலிருந்து மூட்டைப்பூச்சிகள் பூமியில் கணக்கிட முடியாத அளவுக்குச் சிந்திக்கொண்டிருந்தன. நான் தடுமாறினேன்; நிதானம் தவறுகிறது. ஓடுகிறேன். வேகம்கூடக்கூட பயம் அதிகமாகிக்கொண்டேயிருந்தது. சாலைக்கு இருபுறமும் மரங்கள் நெடுநீளமான மூட்டைப்பூச்சிகளாகிக்கொண்டிருந்தன, மீண்டும் வேகமெடுத்து ஓடுகிறேன். மரமூட்டைப்பூச்சிகள் என் கூடவே ஓடிவருகின்றன. உயர்ந்த கட்டிடங்கள் பெருத்து வளர்ந்து மூட்டைப்பூச்சிகளாகிக்கொண்டிருந்தன. என்னைப் பிடிக்கத் துரத்தி வருகின்றன. எனக்குள் பயம் பேயென அறைந்தது. இருதயம் வெளிவந்துவிடுமென நடுங்கினேன். கைகளால் நெஞ்சை அழுத்திப்பிடித்து ஓடினேன். நான் காணும் எல்லாமும் அதனதனுருவில் மூட்டைப்பூச்சிகளாகிக் கொண்டிருந்தன. இருதயம் சம்மட்டியடி அடிக்கின்றது. வானைப்பார்த்து ஓடு என்கிறது அதே குரல். நான் அவ்வாறே செய்தேன். நீலநிறம் பரிசுத்தமாய் இருந்தது. மேகங்கள் பஞ்சுக்கூடுகள் வெவ்வேறு உருவமைப்பில் அண்டவெளியில் மிதந்துகொண்டிருந்தன. அந்தரத்தில் தொங்கிக்கொண்டு பதினாயிரங்கோடி நட்சத்திரங்கள் சிமிழியொளி மினுங்கி ப்ரகாசிக்கிற வெளியில் நிலா பால்சிசுவைப்போல் குளிர்மையைப் பிரசவித்தபடி இருந்தது. அவ்வளவு அழகாய் இருந்தது. மனம் அற்புதத்தை அருகில் கண்டதுபோல் உணர்த்தியது.

அப்போழ்துதான் நரகத்திலிருந்து துயரமொன்று எனக்குள் விழுந்தது. தாமதமின்றி அவ்வளவு மேகங்களும் பயங்கர மூட்டைப்பூச்சி வடிவங்களாயின. நட்சத்திரங்கள் குட்டிக்குட்டி மினுங்கும் மூட்டைப்பூச்சிகளாயின. நிலா தன் பெரிய முகத்தை மூட்டைப்பூச்சியென மாற்றிக்கொண்டேயிருந்தது. என் கண்களை நம்புவதா எனத் தெரியவில்லை. கண்களும் மனமும் காணுவதெல்லாம் மூட்டைப்பூச்சிகளா? ஏதும் எனக்கு விளங்கவில்லை. தலைதெறிக்க ஓடினேன். வீடடைவதற்குள் நான் மொத்தமாக வெறுத்திருந்தேன். மனம் மனிதத் தன்மையில் இல்லை என்பதை உணர்த்தியது. மூளையின் தனிச்சைச் செயல்பாடு முற்றிலும் வேறாக மாறியிருந்தது. நான் தங்கி இருந்த வீட்டை நோக்கி ஓடினேன்.

ஓடியோடி என் கால்களில் இரத்தம் கட்டிவிட்டது. என் கைகள் சோர்ந்து தொங்கியன. நிசப்தத்தின் பேரமைதி படுபயங்கரமாய் மூண்டது. சுவாசப்பையில் காற்று நிரம்பித் திரும்பும் சப்தம் என் காதுகளுக்குள் கேட்கிறது. உடம்பில் எல்லா இடங்களிலும் உயிர் பிடுங்கி எறியும் வலி. அறையின் கதவை எட்டி உதைத்துக்கொண்டு உள்ளே நுழைந்தேன். பெருச்சாளிகளும், சிறுசிறு மூஞ்சி எலிகளும் எங்கெங்கோ ஓடி ஒளிகின்றன. பெரும் காய்ங்களிலிருந்து இரத்தம் ஒழுகி வழிந்துகொண்டிருந்தது. இரத்தத்தின் அணுக்களிலிருந்து மூட்டைப்பூச்சிகள் மெல்லப்பெருகி வெளியேறுகின்றன. எத்தனைவிதமான பசியெனக்கு? கிழிந்துதொங்கும் என் கைகளின் சதையை பற்களால் கடித்திழுத்தேன். கடைவாயில் அரைத்து வயிற்றுக்குள் தள்ளினேன். இப்போழ்து என் நிழலுருவுக்கு மனிதச் சாயலே இல்லை. முன்னிரவில் மிச்சம் வைத்த ஒயினை ஆவென வாய் பிளந்து ஊற்றினேன். தொண்டைக்குள் வெந்துகெண்டு குடலை நனைத்தது. மனப்பிறழ்வு முற்றி நான் நானாக இல்லாது போனபோது, கஞ்சாவைப் பற்ற வைத்து நுரையீரல்வரை இழுத்து காலத்திடம் ஊதிப்புகைத்தேன். பிரமாதம் என்றது உள் குரல்.

பிறழ்ச்சியில் மனிதமனம் அதிபரிசுத்தமாய் இருக்க முடியுமா என்ன? ஒரு மாபெரும் துயரம் நிரம்பிய இரவில் என்னை இருத்திய காலத்திடம் நிர்கதியற்று பாவம் ஒரு ஜீவிதன் நிற்கிறேன். இந்த உலகத்திடமிருந்தும் தனித்துவிடப்பட்டு நிற்கிறேன். அப்பழுக்கற்ற மனம் சிதைந்த வெளியில் என் எல்லாக் கஷ்ட கால நினைவலிகளும்

கூட்டுசேர்ந்து பயங்கரமாய் ஆடிக்களித்திருந்ததின் முன் நிற்கிறேன். ஆளுயர நிலைக்கண்ணாடியினுள் இரத்தம் ஒழுக நிற்கிறேன். அது நானா? ஒரு முழு மனித மூட்டைப்பூச்சியென உருமாறிக்கொண்டிருந்தேன். அய்யோவென என்மீது கழிவிரக்கம் கூடியது. பச்சாதாபமாய் இருந்தது. என் சிரிப்பில் உயிரேயில்லை. குருரம் வழிந்துகொண்டிருந்தது. என்னுடம்பின் காயங்களை நாவால் வருடி பற்களால் மேலும் கடித்து உண்டேன். உதடுகளும் சிவந்து ஆலகாலபோதையாகினேன்.

ஏதுமற்றதிடம் ஒப்புக்கொடுக்கும் உடலைத்தானே, இத்தனை ஆண்டுகள் சுமந்தலைந்துகொண்டிருந்திருக்கிறேன்? இந்த இரவு முடிவின்மைக்குள் அழைத்துச்செல்கிறது. தற்கொலை முனைக்கு நகர்த்தும், முன்னெப்போதும் இல்லாத அளவுக்கு பதற்றம் தொற்றிக்கொள்கிறது. அத்தனை எளிதல்ல இந்த வாழ்வு. நரகத்தின் கதவுதிறக்கும் சப்தம்கேட்டுப் பதறுகிறது மனம். அறிவின் காத்திர இருப்புக்குள் சூன்யத்தின் மகா இருளொளி ஆன்மாவை பிணியின் தனிமைக்குள் உந்தித் தள்ளியிருக்கிறது. எதிர்பாராத துயரா அழுத்தப்பிடிக்குள்ளிருந்து எனது நிறைவேறாத ஆசைகளின் பால்யம் பிசகி வெளியேறத் துடிக்கிறது. நித்தியத்துவமற்ற பூரணங்கானாத மர்மப்பேய் ஒன்றோ பலதோ பூதாகரமாய் அழைக்கிறது. சைத்தானே... தூரப்போ... கொஞ்சங்காலம் பூமியில் சில்லறைத்தனமான மகிழ்ச்சிகளுக்கு வாழ்வைக் கொடுத்திருந்திருக்கிறேன். போதும்... சடையனே... எதையும் தாங்கும் வலிமையற்று பாவம் ஒரு நான் நிற்கிறது. கருணையென்பதே உனக்கு இல்லை. மனிதகோபங்கள் நிறைந்த ஐம்பத்தியொன்பதுகிலோ கனம்பொருந்திய மனிதன் நான். மூளை, இருதயம், கிட்னி கொஞ்சம் பழுதாகி இருக்கும். வலதுகையில் எப்போதோ உடைந்த எலும்புகள் ஒட்டியிருக்கும். வயிறு ஒட்டி இரைப்பையிலிருந்து கைகள் நீண்ட ஓர் அசல் சதை மிருகமாகியிருக்கிறேன். ஐந்தரையடி உயரம் வளர்ந்த மூட்டைப்பூச்சிமனிதனாகி அருவெறுக்கத்தக்க ரூபம்கெட்டு மாறிக்கொண்டிருக்கிறேன். மற்றபடி நல்ல இறைச்சிதான். எதன் பசிக்கும் இரையாகக்கூடிய தகுதியை இயற்கை எனக்கு வழங்கியிருக்கிறது. முழுவதும் மாறித்தொலைப்பதற்குள் எனை அழித்துக்கொள்வது நல்லது.

இப்பொழுது எந்தப் பதற்றமும் என்னிடம் இல்லை. எனை முற்றிலும் வெறுத்தொதுக்கினேன். என் உடம்பிலிருந்து பிரிந்துகொள்ள இதுதான் தக்க சமயம். நான் தற்கொலை செய்துகொள்ள முடிவான இக்கணத்தைப் பெரிதும் மதிக்கிறேன். மேலும் பலவீனமடைந்த மனதோடு என் கழுத்தில் கயிற்றைப் பொருத்தி இந்த உலகத்தின் தரித்திரம் பீடித்த சகலவிதமான துயரங்களிலிருந்தும் முற்றிலும் விடுபட கால்களால் வாழ்வை எட்டி உதைத்தேன். என் முப்பத்தைந்தாண்டுகாலவுடல் பாவமாய்த் துடித்தது. கர்ணகொடூரத் தனிமையில் உயிரின் எல்லையில் என் கால்களுக்கு இடையில் மூத்திரமும் மலமும் மூட்டைப்பூச்சிகளோடு ஒழுகிக்கொண்டிருந்தன. என் கண்களிலிருந்து கண்ணீர் வழிகிறது. எதையோ சொல்ல நாவு உள்ளே வெளியே வந்து செல்கிறது. கடைசி அரை கணம் என் உடல் பலவாகத் துடித்தது. என் கைகள் எதையாவது பற்றிக்கொள்ள தீவிரமாய் அலைந்தன. கந்தலாய் கிழிக்கப்பட்டிருந்த என்னை நேசிக்கும் உயிரை நினைத்துக்கொள்கிறேன். நரம்புகள் அழுந்த எதன் பிடிமானமும் இல்லை. தொடைச் சதையை நகங்கள் கிழித்துப் பிய்த்தன. மூச்சுக்குழாய் இறுகி காற்று தடைப்பட்டு இருதயம் இறுதியாய் சுருங்கி விரிந்தது. உடல் துடிதுடித்ததின் வேகம் மெதுமெதுவாய்க் குறைந்து சன்னமாய் அசைந்திருந்தபோது, தூக்கில் தொங்கி லேசாய் காற்றில் ஆடிக்கொண்டிருந்த ஜீவனற்ற என்னுடலின் நிழலிலிருந்து மூட்டைப்பூச்சிகள் உற்பத்தியாகிக்கொண்டிருந்தன.

—

இன்னும் எத்தனை மாரியம்மாக்கள்

கார்த்திக்

வெக்கை அந்த கரிசல் நிலத்தில் தன் கைகளை அகல விரித்திருந்தது. வெள்ளாமைக்குப் பின்னான அந்தக் காடுகளில் அடர்ந்த இருள் கவ்வியிருந்தது. காற்று வீசுவதே கடந்த இரண்டு நாட்களாக குறைந்துவிட்டிருந்தது. மணி இரவு ஒன்பதுக்கு மேல் ஆகியிருக்கும். தெருவில் பாதி மக்கள் உறங்கிப்போயிருந்தனர். ஒரு சில வீடுகளில் டி.வி ஓடும் சத்தம் தெருவின் நிசப்சத்தில் ஊடுருவி வந்துகொண்டிருந்தது. அரவம் இல்லா வீதிகளில் மின் விளக்குகள் மட்டும் தனியாக நின்று எரிந்துகொண்டிருந்தன. பெரிய கண்மாய்க்குச் செல்லும் ஓடையில் பூச்சிகள் கத்தும் சத்தம் தெளிவாகக் கேட்டது.

தெருவிளக்கின் மங்கலான வெளிச்சத்தில் வீட்டின் புறத்தில் கிடைத்த சுள்ளிகளை வைத்து அடுப்பைப் பற்றவைத்தாள் மாரியம்மாள். அடுப்பை வைக்க வைத்திருந்த கற்கள் வெவ்வேறு அளவிலிருந்ததால் அடுப்பு ஒரு பக்கம் சாய்ந்து இருந்தது. பக்கத்து வீட்டு மேரி அக்கா கொடுத்த அரைப் படி அரிசியைக் கொண்டு சமைக்க ஆரம்பித்தாள். பசியில் அழுது தோய்ந்த முகத்துடன் அவளது இரண்டு வயது குழந்தை கிழவியின் மடியில்

படுத்துக்கிடந்தது. கிழவி எரியும் அடுப்பின் தணல்களையே பார்த்துக்கொண்டிருந்தாள். பிரகாசமான சிவப்பு நிறத்தில் சுவாலைகள் பாத்திரத்தின் அடிப்பகுதியைத் தொடுவதும் காற்றில் அலைவதுமாயிருந்தன.

ஊரடங்கு மாலை ஆறு மணிமுதல் அமல்படுத்தப் படுவதாக மாநில அரசு அறிவித்திருந்தது. சித்தாளாக வேலை பார்க்கும் மாரியம்மாளும், கந்தசாமியும் பந்தல்குடி அருகில் உள்ள ஒரு கிராமத்தைச் சேர்ந்தவர்கள். அன்று அவர்கள் இருவரும் அருப்புக்கோட்டைக்கு கட்டிட வேலைக்குச் சென்றிருந்தனர். வேலை முடிய மணி ஆறரையாகிவிட்டிருந்தது. காந்தி நகரிலிருந்து மினி பஸ்ஸில் இளையராணி தியேட்டர் பஸ் ஸ்டாப்பை வந்து சேர்ந்தனர். அருப்புக்கோட்டையின் வெவ்வேறு பகுதிகளில் வேலை செய்யும் கட்டிடத் தொழிலாளிகள் எல்லாம் வீடு திரும்பும் நேரமென்பதால் எப்போதும் கூட்டம் அதிகமாயிருக்கும். ஆனால் கூட்டம் வழக்கத்தை விட அதிகமாயிருப்பதாகத் தெரிந்தது. வழக்கமாக அவர்கள் ஏறும் ஜெயவிலாஸ் பேருந்துக்காக காத்திருந்தனர். காவல் துறை வாகனம் ஒன்று ஒலிபெருக்கியில் 144 தடை உத்தரவு அமலுக்கு வந்துவிட்டதால் யாரும் வெளியில் நடமாட வேண்டாம் எனவும் கடைகளை அடைக்கும்படியும் வலியுறுத்திக்கொண்டு நகர்ந்து போய்க்கொண்டிருந்தது. பேருந்து எதுவும் வருவதாய்த் தெரியவில்லை. ஒரு சிலர் தங்கள் வீட்டாருக்கு அலைபேசியில் அழைத்து இருசக்கர வாகனங்களில் போக ஆரம்பித்தனர். அதன் பின்பும் கூட கூட்டம் குறைந்தபாடில்லை.

மணி எட்டை நெருங்கிவிட்டிருந்தது. அருப்புக்கோட்டை காவல் ஆய்வாளரின் கார் கூட்டம் நோக்கி வந்து நின்றது. மக்களின் நிலையை அறிந்த ஆய்வாளர் இரண்டு பேருந்துகளை பந்தல்குடி வரைக்கும் இயக்குமாறு கேட்டுக்கொண்டார். பேருந்தில் கூட்டம் நிரம்பி வழிய பேருந்து புறப்படத் தொடங்கியது. பந்தல்குடியிலிருந்து மாரியம்மாளும் கந்தசாமியும் நடையாக 5 கி.மீ தொலைவில் உள்ள கிராமத்தை வந்தடைந்தபோது அவர்களை எதிர்பார்த்தபடியே கிழவியும் குழந்தையும் வாசல்படியிலேயே அமர்ந்திருந்தனர். பஞ்சாரத்துக்குள் அடைபட்டிருந்த கோழிகள் சத்தமிட்டுக்கொண்டிருந்தன. கை கால்களைக் குழுவிவிட்டு அவசர அவசரமாக மாரியம்மாள் சமைக்க ஆரம்பித்தாள். குழந்தை

அதற்குள் பசியுடன் தூங்கி விட்டிருந்தது. அதனை எழுப்பி ஊட்டிவிட்டுவிட்டு தான் சாப்பிட்டுக்கொண்டிருக்கும்போது, கிழவி, 'பசிமண்ணு எப்படி இவ்ளோ நேரம் பசி தாங்கும், வேமா வர வேணாமா?' என வாய்க்குள்ளேயே புலம்புவது கேட்டது. சாப்பிட்டு எழுந்த கந்தசாமி நேற்று மீதம் வைத்திருந்த சாராயப் புட்டியை எடுத்துக் கொண்டு வீட்டின் பின்னால் சென்றான்.

இருபத்தோரு நாட்களுக்கு யாரும் வேலைக்குப் போகக்கூடாது என அரசாங்கம் சொல்லியிருப்பதாக காலை வாசல் தெளிக்கையில் மேரி அக்கா சொல்லித்தான் அவளுக்குத் தெரிய வந்தது. அதை கேட்டபோதே அவளுக்கு கொஞ்சம் பதைபதைப்பாக இருந்தது. கடந்த ஒரு வாரச் சம்பளமும் மேஸ்திரி இன்னும் கொடுக்கவில்லை என நினைத்தபோது இன்னும் கொஞ்சம் பதைபதைப்பு தொற்றிக்கொண்டது. அரசாங்கம் 1000 ரூபாய் உதவித்தொகை தருவதாக மேரி அக்கா சொன்னபோது கொஞ்சம் ஆறுதலாயிருந்தது. இருந்தும் மாதமானால் செலுத்த வேண்டிய பால் பாக்கி, தீரும் நிலையிலுள்ள கேஸ் என நினைக்கையில் கையிலிருக்கும் பணம் போதுமா என அவள் மனதுக்குள்ளே கேட்டுக்கொண்டாள். கிழவிக்கு மாதாமாதம் வரும் முதியோர் உதவித்தொகையையும் அவளின் தங்கை வீட்டார் பயன்டுத்திக்கொண்டிருந்ததால் அதையும் எதிர்பார்க்க முடியாது.

அடுத்த நாள் காலையில் ஆலமரத்தின் அடியிலும், பிள்ளையார் கோயில் கூரை மடத்திலும் ஆண்கள் நிரம்பியிருப்பதைக் கண்டு மக்கள் யாருமே வேலைக்குப் போகவில்லை என்பது தெரியவந்தது. போலீசார் இரண்டு மூன்று முறை வந்து விரட்டிவிட்டனர். ஆனால் அவர்கள் மீண்டும் வந்து அமர்ந்துகொண்டனர். வழக்கமாக அந்த ஊருக்கு ஏதாவது கேஸ் இருந்தாலொழிய போலீசார் வருவதேயில்லை. இரண்டு மூன்று நாட்கள் போலீசார் தொடர்ந்து வந்து மரத்தடியிலும் மடத்திலும் இருந்த மக்களை விரட்டிக்கொண்டே இருந்தார்கள். 'வீட்டுக்குள்ளேயே எம்புட்டு நேரம்தான் உக்காந்துட்டே இருக்கிறது' எனப் புலம்பிக்கொண்டே எழுந்து சென்றார்கள். டி.வி யில் எந்த நேரமும் அந்த வைரஸ் குறித்த செய்திகளே ஓடிக்கொண்டிருந்தன. உண்மையில் இது ஏதோ மிகப்பெரிய நோய்தான் என மாரியம்மாளுக்குப் பட்டது.

மேஸ்திரிக்கு அலைபேசியில் அழைத்து சம்பள பாக்கியை கேட்டபோது கான்ட்ராக்டர் வந்ததும் வாங்கித் தந்துவிடுவதாக மேஸ்திரி சொன்னார்.

ஒரு வாரம் கழிந்தது. ஊரில் உள்ள கடைகளில் காய்கறிகள் தீர்ந்து போயிருந்தன. இருந்த காய்கறிகளும் அநியாய விலைக்கு விற்றுக்கொண்டிருந்தார்கள். "சரக்கு லாரி முன்ன மாதிரி ஓடல. அதான் விலை ஏறிப்போச்சு" என கடைக்காரர் யாரிடமோ சொல்லிக்கொண்டிருந்தார். கையில் காசில்லை என மாரியம்மாள் மீண்டும் மேஸ்திரிக்கு அலைபேசியில் அழைத்த போது அலைபேசியை அவர் ஸ்விட்ச் ஆஃப் பண்ணியிருந்தது தெரியவந்தது. பாக்கி சம்பளம் வந்துவிடும் என்ற நம்பிக்கையில் கையில் இருந்த காசிலும் கந்தசாமி சாராயம் வாங்கிச் செலவழித்திருந்தான். வேலை வேறு இல்லாததால் அவன் குடிப்பதும் அதிகமாயிருந்தது. எப்படியோ நம்மைத் தொந்தரவு செய்யாமல் இருந்தால் சரி என மாரியம்மாளும் முதலில் இதை கண்டுகொள்ளவில்லை. ஆனால் மேஸ்திரியின் செயலும் கையில் காசில்லாத நிலையையும் கந்தசாமி செய்வதையும் நினைத்துப் பார்க்கையில் ஆத்திரமாய் வந்தது அவளுக்கு. வெளிக்காட்ட முடியாமல் கண்ணீர்விட்டுக்கொண்டாள்.

அரசாங்கம் கொடுத்த ஆயிரம் ரூபாயும், அரசியும் இரண்டு வாரத்துக்கு வந்தது. பால் பாக்கி போக மீதி இருந்த பணமும் காய்கறி விலை ஏற்றத்தால் செலவாகிவிட்டிருந்தது. கந்தசாமி வீட்டுக்கு வருவதையே குறைத்துவிட்டிருந்தான். எந்த நேரமும் கம்மாய்க்கரை கருவை மரத்தடியில் சீட்டு விளையாடுவதும் கும்மாளமுமாக இருந்தான். குடும்பத்தைப் பற்றி ஏதாவது சிந்திக்கிறானா இந்த மனுஷன் என மாரியம்மாளுக்குக் கோபம் வந்தது. ஏதோ தன்னார்வ அமைப்பைச் சேர்ந்த நாலு பேர் வந்து கொஞ்சம் சாமான்கள் கொடுத்துவிட்டு மாரியம்மாளை நிற்கவைத்து ஃபோட்டோ எடுத்துக்கொண்டு போனார்கள். இரவில் கந்தசாமி குடித்துவிட்டு, "கண்டவன் கொடுத்தா எதுனாலும் வாங்கிக்கிறதா...?" உனக்கு வெவஸ்தே இல்லையா ... இப்படி ஓசி வாங்குனா அக்கம் பக்கத்து வீட்டுகாரவங்க என்ன நினைப்பாங்க... எல்லாத்துக்கும் அந்தப் பயதான் காரணம் ... அந்த மேஸ்திரி மவன என்ன பன்றேன் பாரு' என

போதையில் கத்திக்கொண்டிருந்தான். அடுப்பாங்கரயில் இருந்த மாரியம்மாளுக்கு கண்ணீர் பொங்கிக்கொண்டு வந்தது.

மீண்டும் 19 நாட்கள் ஊரடங்கு நீட்டிக்கப்படுமென பிரதமர் பேசிக் கொண்டிருந்தார். மாரியம்மாளுக்கு அதைக் கேட்டதும் இனி எப்படி சமாளிக்கப்போகிறோம் என மனதிற்குள் ஒரே எண்ணமாய் இருந்தது. சமைப்பதற்கென்று வீட்டில் இருந்த எல்லா பொருளும் தீர்ந்து போய்விட்டிருந்தது. யாரோ பந்தல்குடி முதியோர் இல்லத்தில் வைத்து உணவு தருவதாய்ச் சொன்னார்கள். ஆனால் எப்படி அங்கே போவது? 5 கி.மீ போக வேண்டுமே...? கந்தசாமி வீடே தங்காமல் சாப்பாட்டு நேரத்தில் மட்டும் வந்து கத்திக்கொண்டிருந்தான். அடுத்த வேலை சமைப்பதற்கான பொருட்கள் எதுவும் வீட்டில் இல்லாத நிலையில் கேஸ்ம் காலியாகிவிட்டிருந்தது. நிலைமை புரிந்த மேரியக்கா தன்னிடமும் ஏதுமில்லை என்று ஒரு அரைப்படி அரிசி மட்டும் கொடுத்தார். சுள்ளிகளை பொறுக்கிக்கொண்டு வரலாம் என பெரிய கண்மாய்க்கு செல்லுகையில் நிறைய இளவட்டங்கள் சீட்டு விளையாடிக்கொண்டிருந்தனர்.

இரவு ஒன்பது மணிக்கு மேலாகியிருந்தது. குழந்தை பசிக்கு அழ ஆரம்பித்தது. வீட்டின் புறத்தில் கிடைத்த சுள்ளிகளை வைத்து அடுப்பை பற்றவைத்து அதில் அரிசியைப் போட்டால் மாரியம்மாள். கிழவியும் குழந்தையும் எரியும் நெருப்பையே அமைதியாக பார்த்துக்கொண்டிருந்தனர். மாரியம்மாள் ஏதோ நினைத்துக்கொண்டு எந்த அசைவும் அற்றவளாக அடுப்பையே பார்த்துக்கொண்டிருந்தாள். பக்கத்து வீட்டு தொலைகாட்சியில் 'தமிழ்நாட்டுல பட்டினியால எல்லாம் யாரு சாகமாட்டாங்க சார்' என விவாதத்தில் யாரோ பேசிக்கொண்டிருப்பது கேட்டது.

சாராயக் கடைகளை மூடிவிட்டதால் காட்டுக்குள் கள்ளச்சாராயம் காய்ச்சத் துவங்கியிருந்தனர். கந்தசாமி அதைக் குடித்துவிட்டு வருவதும் மாரியம்மாளிடம் சண்டை போடுவதுமாகத் தொடர்ந்தான். அவ்வப்போது அவளுக்கு அடியும் கிடைத்தது. மறுநாள் காலையில் கொஞ்சம் தண்ணீரைக் குடித்துச் சமாளித்தார்கள். குழந்தை மீண்டும் அழத் துவங்கி அப்படியே பசியுடனேயே உறங்கிப்போனது. சாப்பாட்டுக்கு

என்ன பண்ணுவதெனத் தெரியாமல் ஒரே விசனமாய் இருந்தது. மேஸ்திரியிடம் இருந்து எந்தத் தகவலும் வரவில்லை. அவன் வீட்டைப் பூட்டிவிட்டு ஊருக்குப் போய்விட்டதாக உடன் வேலை செய்தவர்கள் சொன்னார்கள். கடனும் யாரும் கொடுக்க முன்வரவில்லை. கந்து வட்டிக்கு வாங்கலாம் என விசாரித்துப் பார்த்தார்கள். இவர்களை நம்பி யாரும் கந்துவட்டிக்குத் தரவும் முன் வரவில்லை.

கந்தசாமி இயலாமையிலும் போதையிலும் மாரியம்மாளை அடிப்பதும் உதைப்பதுமாயிருந்தான். சத்தம் கேட்டு வெளியே வந்த அக்கம்பக்கத்து வீட்டினரும் 'இவர்களுக்கு இதே பொழப்பாப் போச்சு' என எட்டிப்பார்த்தும் எதுவும் சொல்லவில்லை. அவளால் அவனை எதிர்த்துக்கூடப் பேச முடியாமல் மூன்று நாட்களாகச் சாப்பிடாமல் மாரியம்மாள் வலுவிழந்து மவுனியாகிப்போயிருந்தாள். குழந்தையும் கிழவியும் படுத்த படுக்கையாய் இருந்தனர். கந்தசாமி மேஸ்திரியை ஏசுவதும் புலம்புவதுமாக இருந்தான். தண்ணீர் மட்டுமே ஆகாரமாக இருந்தது. பசி கண்களை மறைக்கத் துவங்கியிருந்தது.

கோழிக்கு வைத்திருந்த உளுத்துப்போன கம்பு கொஞ்சம் இருப்பது நினைவுக்கு வந்தவளாக அதை எடுத்துக் கொண்டாள். எதையோ யோசித்தவளைப் போல ஒரு கணம் நின்று அருகில் இருந்த பாதி காலியான ரோக்கர் டப்பாவையும் எடுத்தாள். கம்பைக் காய்ச்சத் தொடங்கினாள். மகளை மடியில் கிடத்தி தலையைக் கோதிவிட்டுக்கொண்டிருந்தாள். தயாரானதும் இரவு ஆளுக்கொரு செம்பு கம்மங் கஞ்சியைக் குடித்தனர். பசி தற்காலிகமாய் தணிந்த மாதிரி இருந்தது. ஆனாலும் வயிறு உடம்புடன் ஒட்டியது போலத்தானிருந்தது. அப்படியே உறங்கப் போனவர்கள் விடிந்த பின்பும் எழவில்லை. நிம்மதியாய் உறங்கிப்போயிருந்தார்கள்.

போலீசார் வந்து விசாரணை செய்து குடும்பப்பிரச்சனை காரணமாகத் தற்கொலை செய்துகொண்டார்கள் என கையில் இருந்த நோட்டில் குறித்துக்கொண்டார்கள். அன்றைய நாள் இரவு டி.வி விவாதத்தில் யாரோ ஒருவர், "ஏழை எளிய மக்களுக்காகத்தான் இந்த அரசு செயல்பட்டுக்கொண்டிருக்கிறது.

சும்மா சும்மா அரசாங்கத்தைக் குறை சொல்லாதீங்க. தமிழ்நாட்டில இதுவரை ஒருத்தராவது பட்டினியால செத்திருக்காங்கன்னு சொல்ல முடியுமா?" என கேட்டுக்கொண்டிருந்தார். அன்றிரவு நட்சத்திரங்களை மேகத்திரள்கள் மறைக்க கரிசலில் மழை பெய்யத் தொடங்கியிருந்தது

—

அகாலம்

தினேஷ் ராஜேஸ்வரி

இழவு வீட்டின் பிராதன ஊதுபத்தி வாசனை அந்த இடத்தை ஆக்கிரமித்து நெடுநேரமாகிறது. அதை அணையவிடாமல் மேலும் மேலும் எரியவைக்க ஒரு கூலியில்லா ஆளும் நியமிக்கப்பட்டிருந்தார். அழுது அழுது தொண்டை வற்றிப்போய் கோமதியம்மாள் நடையின் ஒரு மூலையில் சாய்ந்திருக்கிறாள். சில ஆட்களும் அதே களைப்பில் அமைதியாக இருந்தனர். அந்த அமைதி சற்று பயங்கரமாக இருந்தது.

நாங்கள் கொஞ்சம் தூரமாக ஒரு திண்ணையின் ஓரத்தில் இருந்தோம். எனக்கு அருகில் அமர்ந்திருந்த கோமதியம்மாளின் கணவர் ராமையாவுக்கு ஒரு செல்போன் அழைப்பு வந்து அந்த கணத்தைக் குலைத்தது. அழைப்பை எடுத்ததும், "ரே மாப்ள பின்னிகா ஃப்ளைட் எக்கி ராரா. சந்தோஷ பாய்ல படி சச்சிபோயினாடுரா...." என்று தங்கள் மேல் குற்றமில்லை என்பதை அழுதுகொண்டே நிரூபிக்கப் போராடினார். மறுமுனையில் என்ன பேசினார் என்று தெரியவில்லை. அழைப்பைத் துண்டித்ததும் அவர், "நேனு ஏண்டிக்கு ஏடித்துதனே தெல்லேதுரா நைனா..." என்று எனது தோளைப் பிடித்தார். அழுது ஓய்ந்திருந்த கூட்டம் புத்துயிர்ப்பு அடைந்தது.

கோமதியம்மாளே ஆரம்பித்தாள். "ஐயோ... மா அல்லுடு ஒச்சி அடுக்குதுடே நேனு ஏமி செப்பேதி... நா தெகிர உந்தே டப்புலு மொத்தம்கா கூட இஸ்தானு மா சந்து குட்டி காவல நாக்கு... இதுக்கா சிங்கப்பூர் போயி வேற கஷ்டப்படனும்? ஒழைச்சி என்ன ப்ரயோஜனம். என் பேரனுக்கு தக்கலையே..." தாய்மொழி தெலுங்கு அவர்களுக்கு. தெலுங்கும் தமிழுமாக மாறிமாறி ஒப்பாரி வைத்தாள்; யாரும் அவளை நிறுத்தவில்லை.

அடுத்த சில நிமிடங்களில் அந்த சிங்கப்பூர் ஆளிடமிருந்து எனக்கு அழைப்பு வந்தது. ஏனெனில் நான்தான் அவர்களது பக்கத்து வீடு. நான் சற்று தூரமாகச் சென்று பேசினேன். "தினேஷ்... எப்பிடிடா நடந்துச்சு சந்தோசுக்கு?" என்பதுதான் முதல் கேள்வி. அவன் விளையாடிவிட்டு ஆய் கழுவ பக்கத்தில் நிரம்பியிருந்த குளத்துக்குச் சென்றிருக்கிறான். அங்கு சேற்றில் மாட்டிக்கொண்டு இறந்ததை நீட்டி மடக்கி கோமதியம்மாளின் மீதும் பார்வதி அக்காவின் மீதும் பிரச்சினை வராதமாதிரி ஒருமாதிரி சொல்லி முடித்தேன். "பார்வதி எங்க போனா அந்த நேரம் கொழந்தையை பார்த்துக்காம?" என்ன சொல்லிச் சமாளிப்பது என்று தெரியவில்லை.

பார்வதி அக்கா தற்போது ஏழு மாதங்கள் கர்ப்பமாக இருப்பதால் தனது அம்மாவின் வீட்டுக்கு வந்திருந்தாள். விடுமுறை தினமென்பதால் அவளது 2 வயது மகனையும் அழைத்து வந்திருந்தாள். நிலத்தில் பார்வதியும் கோமதியம்மாளும் வேலை செய்துகொண்டு இருந்தனர். சந்தோஷ் எப்போதும் எதையாவது தின்றுவிட்டு மலம் கழிப்பது அவர்களுக்கு சலிப்பையே தந்திருந்தது. நானே கூட ஒருமுறை அவனுக்குக் கழுவி விட்டிருக்கிறேன். அது மழைக்காலம் என்பதால் குளத்தில் நீர் நிரம்பியிருந்தது. பார்வதி தான் அவனை "அந்த குளத்திலேயே கழுவிக்கோடா" என்று சொல்லியிருக்கிறாள். அந்தச் சேற்றில் மாட்டிக்கொண்டுதான் இறந்து விட்டிருக்கிறான். பார்வதி அக்காவுக்கு நீச்சல் தெரியாது. எனது தங்கை ஓடிவந்து என்னைக் கூப்பிட்டு இதைச் சொன்னாள். நான்தான் சென்று சடலத்தை மீட்டேன்.

நான், "தெரியல மாமா" என்றேன். "சரி உன் அக்கவுன்டுக்குக் காசு அனுப்பி வைக்கிறேன். பாத்துக்கோ... மதியதுக்குள்ள

வந்துருவேன்." அவர் இதுமாதிரி முன்னமே கூட காசு அனுப்பி இருக்கிறார். பார்வதி அக்கா ஏழாவதைத் தாண்டவில்லை. படிக்க வீட்டில் தடை. ஆனால் அப்போது நல்ல வாளிப்பான தேகம். பார்வதி ஒரே பெண்தான் கோமதியம்மா ராமையாவுக்கு. கஞ்சத்தனம் செய்தாலும் பார்வதியை மட்டும் நன்றாக பார்த்துக் கொண்டனர்.

ஆனால் பார்வதி கோமதியம்மா மாதிரி இல்லை. தான் சாப்பிடுவது எதுவானாலும் எனக்குக் கொடுத்துவிட்டுத் தான் தின்பாள். நான் எப்போதும் பார்வதியுடன்தான் சுற்றுவேன். நடக்கும்போது செருப்புக்கும் உள்ளங்காலுக்கும் இடையே இடைவெளி காணப்படும். நாங்கள் பள்ளி செல்லும்போது அவளது செருப்பை, பின்புறமாகச் சென்று அந்த இடைவெளியில் மிதிப்பது எனது வழமையான சேட்டை. இரவில் தூங்குவது கூட பார்வதி அக்காகூடத்தான். ஏனோ அவளுடன் இருப்பது எப்போதும் பிடித்தமான ஒன்றாக இருந்தது. பார்வதி அக்காவிடம் ஒரு வாசனை வரும் எப்போதும். அது சோப்பிலிருந்து வருமா தலைக்கு போடும் சீகைக்காயில் இருந்து வருமா அல்லது அவளது உடலில் இருந்தா என்றே தெரியாது. ஆனால் கல்யாணம் ஆன பிறகு அந்த வாசனை வருவது நின்று விட்டிருந்தது. நான் அந்த வாசனையை இதுவரை வேறொரு பெண்ணிடம் இருந்து நுகர்ந்ததில்லை. அல்லது அவ்வளவு நெருங்கிப் பழகியதில்லை. இப்போது எனது தங்கையும் பார்வதி அக்காவும் நெருக்கமென்றால் அப்படி ஒரு நெருக்கம். என்னதான் பேசுவார்களோ தெரியாது; மணிக்கணக்கில் பேசுவதற்கு பெண்களுக்கு நிறையவே விஷயங்கள் இருக்கின்றன போல.

நான் ராமையாவிடம் சென்று, "டப்புலு ஓச்சேசே ஏடிஎம்ல எதுக்குனு அட்லயே நோட்டீஸ் கொட்டிக்குனு ஒத்தான்" என்றேன். "போட்டா பாக உந்தேதே சூச்சி எய்ப்பா நைனா!" என்றார் இந்தத் துயரத்துக்குமிடையில். நான் சரி என்று தலையசைத்தேன்.

கூட்டத்தில் அழுதுகொண்டு இருந்த அம்மாவை அழைத்து, "மோவ்... டீ கீ எதுனா வெச்சி எடுத்துனு போயி குடுமா. பார்வதிக்கா சாய்ந்துரத்துல இருந்து சாப்டல. கோமதி

பெரிம்மாவ தனியா கூப்டுனு வா. அழுதுனே இருக்கு பாரு" என்று கூறினேன். எங்களூரில் எல்லோரும் உறவு முறை வைத்து அழைப்பது வழக்கம். "சரி... டி கப்பு காலி ஆய்டிச்சி. ஒரு பாக்கெட் வாங்கினு வா" என்று கூடுதல் வேலையைச் சொன்னாள் அம்மா.

நான் சந்தோஷி நிறைய சந்தோஷ கணங்களில் புகைப்படங்கள் எடுத்திருக்கிறேன். நான் எடுத்த புகைப்படங்களிலே அவன் தனது அப்பாவிடம் இருக்கும் புகைப்படம் அத்தனை இயல்பான ஓவியம் மாதிரி இருக்கும். சிங்கப்பூர் மாமாவின் மொபைல் வால்பேப்பரில் இந்த புகைப்படம்தான் எப்போதும் இருக்கும். நான் எடுத்த அவன் தனியாக இருக்கும் மற்ற அழகான புகைப்படங்களில் ஒன்றைத் தந்து பிரிண்ட் போட கடையில் கொடுத்தேன். "ண்ணா... எவ்ளோ நேரம் ஆகும்ணா?" "அட்வான்ஸ் தந்தினா அரைமணி நேரத்துல ஆய்டும் தம்பி" என்றார். எந்த நேரத்தில் சென்றாலும் உடனுக்குடன் வேலை செய்து கொடுப்பதில் இவர் கெட்டிக்காரர்.

சிலருக்கு ஃபோனில் தகவல் சொல்ல வேண்டும். சிலருக்கு நேரில். ட்ரம்ஸ் அடிப்பவர்களுக்கும் பேசிவிட்டு வந்தேன். நான் எல்லாக் காரியங்களையும் முடித்துக் கொண்டு வீட்டுக்குப் போக நள்ளிரவு இரண்டு மணி ஆனது. கூட்டம் ஓய்ந்திருந்தது. ஊதுபத்தி வாசனை சற்று குறைந்திருந்தது. ஒரு ஏழு பேர் மட்டும் விழித்து இருந்தார்கள். பார்வதி அக்கா ஒரு ஓரமாக அழுத களைப்பில் சுவரோடு சாய்ந்திருந்தாள். பக்கத்தில் தங்கையும் இருந்தாள். நான் அமைதியாகச் சென்று அவளுக்கு அருகில் உட்கார்ந்தேன்.

சிறிது நேரம் கழித்து வந்த அம்மா டி எடுத்துக்கொண்டு வந்தார். பார்வதி அக்காவுக்கும் ஒரு கப் தந்தார். ஆனால் பார்வதி அக்கா வாங்கவில்லை. "ஆனது ஆச்சி... திரும்ப வருமா சொல்லு? வயித்துல இருக்கறதுக்காச்சும் கொஞ்சம் குடிம்மா" என்று சமாதானம் செய்தார். இந்த முறை பார்வதி அக்கா மறுக்கவில்லை. எனக்கு என்ன பேசுவது என்று தெரியவில்லை. பார்வதி அக்காவே ஆரம்பித்தாள். "மாமா எப்போ வர்றார்! செலவுக்குக் காசு எதுனா அனுப்புனாராடா? இந்தா" என்று முந்தானையில் முடிந்து வைத்திருந்த கசங்கிய ஐந்நூறு ரூபாய்

தோளினைத் தந்தாள். "வேணாம்க்கா... அவர் அனுப்பிட்டாரு. மதியத்துக்குள்ள வந்துருவாரு" என்றேன்.

திடீரென எனது கையைப் பிடித்து அழ ஆரம்பித்தாள். "அவரு வந்து கேட்டா என்னடா பதில் சொல்றது நானு." எனக்கு எப்படி ஆறுதல் சொல்வதெனத் தெரியவில்லை. தங்கைக்கும் தெரியவில்லை போல. விழித்துக் கொண்டு இருந்தாள். நல்லவேளையாக எனதம்மா வந்து சமாதானம் சொன்னார். நான் சிறிது நேரம் கழித்து வீட்டுக்குச் சென்று தூங்கலாமெனப் புறப்பட்டேன்.

இடைமறித்த ராமைய்யா, "நைனா நுவ்வு லேதன்டே நேனு ஏமி சேத்துன்ட்றா" என்றார். பிராண்டி குடித்து இருக்கிறார். வாசனையில் தெரிகிறது. எனக்கு கண்ணில் லேசாக எரிச்சல் கிளம்பியது. தூக்கம் வருவது போலிருந்தது. இப்போது தங்கை வந்து காப்பாற்றி விட்டாள், அம்மா அழைத்ததாக.

"சாப்பிடறியாடா" "இல்லம்மா பசிக்கல..." "சரி நீ தூங்கு நானும் பாப்பாவும் பார்வதி கூட இருக்கோம்" "ம்ம் சரிம்மா" என்று கிளம்பினேன்.

படுத்தது தான் நினைவிருக்கிறது. விடியற்காலை ஐந்திலே ட்ரம்ஸ் அடித்து எழுப்பி விட்டனர். யாரோ உறவினர் வந்திருக்கிறார்கள் போலிருக்கிறது. சந்தோஷ் இறந்த கதையையும் தனது சேர்த்து வைத்த பணம் உதவாத கதையையும் கோமதியம்மாள் தனது தெலுங்கில் அச்சுப் பிசகாமல் சொல்லிக்கொண்டு இருக்கிறாள். கோமதியம்மாள் கஞ்சத்தனத்தின் அரசி. ஒரு ரூபாய் கூட செலவு செய்ய மாட்டாள். பெரிய வீடு கட்டி விட்டாள். ஆனால் செல்போனுக்கு ரீச்சார்ஜ் செய்ய மாட்டாள். கடிகாரத்துக்கு பேட்டரி வாங்கிப் போடமாட்டாள். இப்படி நிறைய மாட்டாள். அதனால்தானோ என்னவோ பெரிய வீட்டை கட்டி முடிக்க முடிந்ததோ என்னவோ, நானும் இப்படி ஒரு வீடு கட்ட வேண்டும் என்பது அம்மாவின் ஆசை. அவளது பொறுப்புகளை நான் ஏற்றுக்கொள்ள வேண்டும். அம்மாவை வேலைக்கு அனுப்பக்கூடாது. தங்கையை நன்றாகப் படிக்க வைத்து நல்ல இடத்தில் திருமணம் செய்து வைக்க வேண்டும். இந்த அரசு வேலை வந்து விட்டால் எல்லாம் நினைத்தது போலாகிவிடும்.

எனதப்பா நான் சிறுவனாகவும் தங்கை மூன்று மாதச் சிசுவாக வயிற்றிலும் இருந்தபோது ஒரு விபத்தில் இறந்து விட்டார். அப்போதைய நேரம்தான் நான் பார்வதி அக்காவிடம் மிகவும் நெருக்கமாகப் பழக ஆரம்பித்த நாட்கள். அதுமட்டுமின்றி அப்போது அவர்களது நிலத்தை குத்தகைக்குத் தந்து எங்களது வாழ்க்கையைக் காப்பாற்றினர். மாடு நிலம் மட்டுமே வைத்து அம்மா என்னையும் தங்கையையும் வளர்த்து விட்டாள். சிறிய வயதிலேயே கணவனை இழந்த அம்மா இந்த ஊருக்கே ஒரு முன்மாதிரி. அம்மாவின் இன்னபிற உணர்ச்சிகளை எப்படி மடைமாற்றினார் என்று எனக்கு இதுவரை தெரியவில்லை. ஆனால் தினமும் அவரின் புகைப்பட ஃப்ரேமை தனது முந்தானையில் துடைத்து விட்டு மாட்டி வைப்பாள்.

எங்களது நிழல் எங்கள் மேலேயே விழுந்துகொண்டு இருந்தது. ஒரு ஆட்டோ வந்தது. அதன் நிழலும் அதன் மேலேயே தான் விழுந்தது. பார்வதி அக்காவின் கணவர் ஆட்டோவில் இருந்து இறங்கினார். கூட்டம் ஆர்ப்பரித்து தனது உச்சத்தை அடைந்தது. கோமதியம்மாளுக்கு மாப்பிள்ளை என்றால் சற்று பயம். மரியாதையில் கூட சற்று பயம் கலந்திருக்கும். முதல் ஆளாக கோமதியம்மாள்தான் ஓடிச்சென்று ஓவெனக் கட்டிப்பிடித்து அழுதாள். "ஈ பகவானு நன்னே தொடுக்குனு மா சந்துவோன்னே லோகத்துலே உட்சேசி இருக்கலாமே" என்றாள். அவர் கோபமாகத்தான் இருந்தார். சிறிது நேரம் கழித்து என்னை அழைத்தார். நான் எல்லாச் செலவுகளையும் எழுதி வைத்து இருந்த பேப்பரைக் கொடுத்தேன். மீதி பணத்தையும் கொடுத்தேன். "ஏன்டா... உன்மேல நம்பிக்கை இல்லையா. எதுக்கு கணக்கு பேப்பர நீட்டுற" "இல்ல மாமா இப்ப இல்லைனாலும் நாளைக்கு கழிச்சு ஓதவும்" என்று சொன்னேன். அவரும் அதை வாங்கி பாக்கெட்டில் போட்டுக்கொண்டார். காசை மட்டும் எண்ணி பர்ஸில் வைத்து கொண்டார். பொறுப்பை முழுவதுமாக அவரிடம் ஒப்படைத்து விட்டேன். ஏதோ சிறிய நிம்மதி.

எல்லாச் சடங்குகளும் முடிந்தன.

சில மாதங்கள் கழித்து பார்வதி அக்காவுக்கு ஒரு பெண்குழந்தை பிறந்தது. அப்போதும் அவளது கணவர் வெளிநாட்டுக்குச்

சென்றிருந்தார். எல்லோரும் புதிய குழந்தை பிறந்த பூரிப்பில் கிடந்தனர். ஆனால் அவர் பெரிதாக மகிழ்ச்சியை வெளிக்காட்டவில்லையென பார்வதி அக்கா புலம்பினாள்.

சில நாட்கள் கழித்து சிங்கப்பூர் மாமா தனது வாட்சப்பில் தனது மூத்த பிள்ளையின் படங்களை வரிசையாக ஸ்டேட்டஸில் வைத்திருந்தார். அதில் அவனது சிரிப்பு...! குழந்தைகளுக்கே உண்டான வழக்கமான சேஷ்டைகள் நிறைந்த பல புகைப்படங்கள் இருந்தன. கூடவே நானெடுத்த அவருடன் இருக்கும் புகைப்படமும் இருந்தது கடைசியாக.

நான் எனது வீட்டில் மாட்டியிருந்த எனது அப்பாவின் புகைப்படத்தைப்பார்த்தேன்.லேசாகத்தூசிபடர்ந்திருந்தது.எடுத்து கையால் துடைத்து மாட்டினேன். காலம் சீராக முன்னோக்கிச் செல்கிறது; அது யாருக்காகவும் நிற்பதில்லை; எப்போதுமாக ஓடிக்கொண்டிருக்கும் ஒரு நதி. சந்தோஷக்கணங்களை மீட்டிப் பார்க்கும் இழவு வீட்டை எனக்கு நன்கு தெரியும். பழைய புன்னகை புரிந்த புகைப்படங்களுடன் அவர்கள் அதைத் திருப்பித் திருப்பிப் பார்க்கும்போது காலமெனும் பயங்கர ராட்சசனின் சிரிப்பொலி என்னைச் சில்லிட வைக்கிறது.

—

சுனை

பாலா

அலாரம் அலறிய ஐந்தாவது நிமிடம் விழித்தெழுந்து கண்ணாடியைத் துழாவி எடுக்க, விடியல்பின் வெளிச்சம் போதுமானதாயிருந்தது. ஜன்னல் வழியே மின்னல் வெட்டு கம்பிச்சிதறலாய் விழ, நடுங்கியபடியே மார்கழிக் குளிரை போர்வையிலிருந்து உதறி எழுந்து பதறித் தயாராகி முதல் பஸ்ஸைத் தவறவிடக்கூடாதென்ற உத்வேகம் உடம்பெங்கும் வெப்பமூட்டியது

உறக்கச்சடைவிலும் நான் தயாராக உதவிக்கொண்டிருந்த மனைவிக்கு முத்தமிட்டு, உறங்கும் மகன் தலைகோதி வீட்டை விட்டு வெளியேறுகையில் மணி அதிகாலை 3.40.

இளம்யுவதியின் கூந்தலில் ஒளிரும் கருமை நிறம் போல் இருள் நீண்டு பழுதான தார்ச்சாலையின் முகத்தில் அப்பிக்கிடக்க, குழந்தை தானாக அள்ளிப் பூசிய மஞ்சள் திட்டுகளாக சாலையெங்கும் சோடியம் விளக்கொளி. நடைதூரத்தில் பேருந்து நிலையம். செல்லும் வழியில் ஆயிரங்கண் மாரியம்மன் கோவிலின் கொடிமரத்தை வணங்கிச் செல்லுமளவு பக்தி துளிர்த்திருந்தது என்னுள் சில நாட்களாய். கோவிலைச் சுற்றிப்

93

பூசப்பட்ட சிமென்ட் தளத்தில் நடந்து கொடிமரத்தைத் தொட்டுக் கும்பிடும் வழக்கம். இருளப்பிய கோவிலின் பின்தளத்தில் நடந்து வரும்போது கால்இடற, "எந்த தூமியக்குடிக்கிடா, இங்கவந்து கால நோண்டுறது? தேவுடியா பயலுகளா" சேலையைப் போர்வையாக்கி படுத்திருந்த பெண்ணுருவம் எழுந்த வாக்கில், "உள்ளாற இருக்குற ஆயிரங்கண்ணம்மாவும் இந்தப் பேச்சியம்மாவும் ஒண்ணுடா, கண்டாரோளிமகங்களா" அடுக்கடுக்காக வசைச்சொற்கள் காற்றில் புரள, வெளிச்சம் பரவிய இடத்தை நோக்கி நகர்கையில் என்னை அடையாளம் கண்டுகொண்ட பேச்சி மௌனித்தாள்.

கொடிமரத்தை கும்பிட்டுத் திரும்புகையில் பின்னால் நின்று கொண்டிருந்த பேச்சி, கறையேறிய பற்கள் தெரியச் சிரித்துக் கொண்டே, "நல்லாருக்கியா?" என்றாள். கோவில் வாசல்ல கெடந்துட்டு இப்படி கண்டமேனிக்கு வையிற? என் கேள்விகளுக்கு பதில்சொல்லாமல், "கேசரியும்,காப்பியும் வாங்கிக்குடு"வென்ற பேச்சி, குச்சிவிளக்கமாற்றால் கொடிமரத்தடியில் புழுதிபறக்கத் தூற்றினாள். புழுதிமண்டிய தூசி நெடிக்குள், 'மாகாளி' மாதிரியான உருவம் பேச்சியம்மாவுக்குள் வெகுண்டெழு, பயம் அரற்றியது என்னை. அடுத்தகணம் குழந்தையெனக் குழைந்து கேசரியும், காப்பியுமென்றாள். இயல்புநிலை மீண்டும் நிலைகுத்தியது.

'உங்கம்மா எப்புடியிருக்காக?' கருணைக்கு எல்லோரிடத்திலும் ஒரே முகம்தான் போல. சொற்களில், கண்ணீரில், மௌனத்தில், நன்றியில், இப்படி உணர்வுகளுக்குள்ளிருந்து மேலெழுந்து வருகிறது அம்முகம்; பேச்சியின் முகத்தில் பெருங்கருணை. "இப்ப பரவால்ல, நீ வந்து பாக்கறது தான?" "பண்ணாடிச்சி பாய்ல பண்டாரச்சி பங்கு கேக்க வந்தாளாக்கும், உங்க அப்பத்தா நீட்டி மொழக்குமே?" கருணைபடர்ந்த அவள் முகத்தில் அடர்கோபம், மௌனித்து நின்றேன். "கேசரியும், காப்பியும்" என்றாள். பேச்சி, காக்கும் தெய்வம்; காளி அம்சம்.

மார்கழிக் குளிரின் மேல் சூரியக்கதிரொளிகள் செந்நிறம் பூச, அன்றைய நாளின் காலை அரும்பியது. சுப்பையா நாடார் தேநீர்க்கடையில் தேங்காயென்னெய் மிதக்கும் ரவை கேசரி இரண்டு பொட்டலங்கள் வாங்கிக்கொண்டு திருச்செந்தூர் செல்லும் 6.40 மணி பஸ்ஸுக்காக தன்

அக்காளுடன் வாலசுப்பிரமணியர் கோவில் முக்கு வளவில் நின்றுகொண்டிருந்தார், தெருத்தெருவாக அலைந்து பழைய இரும்பு வாங்கி விற்கும் மரகதமூர்த்தி. மார்கழிக்குளிரின் இதம் குமரிப்பெண்ணின் அணைப்பைப்போல் என்றால், மார்கழி மாத மழைத்துறல்கள் முதுமையேறிப் பார்வை மங்கிய கிழவியின் மிருதுவான நடுங்கும் கைகளின் துழாவலுக்குச் சமம். மழைத்துறலின் மென்தழுவல்களைத் தவிர்க்க சேலைத் தலைப்பை முக்காட்டிட்டாள் அக்கா அழகுராஜம்மாள். பஸ் வருவதைக் கண்டு கூட்டத்துக்குள் முண்டியடித்து இடம்பிடிக்க ஏறுகையில் அவிழ்ந்த வேட்டியை இடக்கையில் பிடித்தபடியே அக்காளுக்கும் சேர்த்து கையிலிருந்த மஞ்சள்பையினால் சீட் பிடித்தார்.

பனிமூட்டத்தின் மீது விளக்கொளி நெடுஞ்சாண்க்கிடையாய் விழுந்தவாறே கிளம்பிய பஸ்ஸில் ஓடியேறினேன். சிறுதூரப் பயணத்திலேயே கண்அயர தூக்கம் ஆட்கொண்டது. காரியாபட்டி நிறுத்தத்தில் உறக்கம் களைய, பேச்சி சொன்ன வார்த்தைகள் உட்குமையத்தொடங்கின. சொற்களுக்கிருக்கும் வலிமை உடல்களுக்கில்லை என்பதே இங்கு நிதர்சனம். நற்சொல்லோ, கடுஞ்சொல்லோ அதனதன் வடிவுக்கேற்ப மனித மனங்களுக்குள் சாகாவரம் பெற்று உயிர்பிரியும் வரை உழுன்றலைகிறது. பேச்சி அத்தையின் ஞாபகம் பின்னோக்கி நகர, நிறுத்தத்தில் கூட்டங்களை ஏற்றி முன்னோக்கி ஊர்ந்தது பஸ்.

சிந்தலக்கரை காளிகோவில் தாண்டி ஓடிக்கொண்டிருந்த பஸ்ஸில், அக்கா அழகுராஜம்மாள் தூங்கிக்கொண்டிருக்க, அருகமர்ந்து சலனமற்று அவளைப் பார்த்தவாறிருந்தார். மனத்துக்குள் பலவருடங்களின் கசப்பும், எல்லாவற்றையும் கடந்து வந்த அனுபவமுதிர்வும்தான் வாழ்வின் மிச்சம். வாழ்ந்து கெட்ட குடும்பங்களின் வாழ்வு முறைகளும் ஓர்வகை வரலாறே. அதன் பதிவுகள் வன்மங்களையும், பாவங்களையும் தின்று செரித்து கோரப்பற்கள் தெரிய எஞ்சியிருப்பவர்கள் வாழ்வை அடித்துத்து வைக்கும். திருச்செந்தூர் தேரடி ஸ்டாப்பில் பேருந்து நிற்க, அக்காளை எழுப்பி தானும் இறங்கி சிவக்கொழுந்தீஸ்வரர் ஆலயத்தருகில் டிகுடிக்க நின்றுகொண்டிருந்தார். கடந்து போன பக்தர் கூட்டத்திலிருந்து 'மூர்த்தியண்ணே' அரோகரா

கூச்சல்களுக்கிடையே கேட்ட குரல் உப்புவியாபாரி அங்கப்பனுடையது. வியாபாரத்தின் போது தெருக்களில் சந்தித்துக்கொண்ட பழக்கம். "உப்பில்லா பண்டம் குப்பையிலனு சொல்ற அளவு சொரணையுள்ள தொழிலுப்பா உன்னது, எம்பொழப்பு குப்பையும், நாத்தமுமாய் நாறி அலையறது." பெருமூச்செறிவார் எப்போதும். பழங்கதைகள் பேசியபடி, பக்தர்கள் கூட்டத்தில் இருவரும் அக்காளோடு சேர்ந்து நடந்தார்கள்.

மதுரை விமான நிலையத்தைக் கடக்கையில், ஈரமான சாக்பீஸால் கரும்பலகையில் எழுதினால் மெல்ல மெல்ல உலர்ந்து தெளிவாக, அழுந்திப் பதியும் எழுத்துக்கள் போல வானம் பளிச்சிட்டது. பேச்சி அத்தையின் இளவயது முகம் போலுள்ள பெண்ணொருத்தி குழந்தையோடு இறங்கினாள். அத்தையின் நினைவுகள், இறங்கிய பெண்ணமர்ந்த இருக்கையிலும், என் மனதினுள்ளும்.

கைத்தறி நெசவுத்தொழில் நைந்து கிழிசலாகி, விசைத்தறிகள் புதுச்சேலை கட்டிய ஓர் நற்காலத்தில், பஞ்சம் பிழைக்க தன் கணவன் கிருஷ்ணனுடன் வந்தவள் பேச்சி. பூக்கட்டுவது குலத்தொழில். மல்லி, முல்லை, பிச்சி, கேந்தி, சம்பங்கியென பூக்களோடும் நார்களோடும் பேச்சியின் விரல்கள் பேசிக் கொண்டேயிருக்கும். எங்கள் தெருவில் வாடகைக்குக் குடியேற, கிருஷ்ணனுக்கு எங்களது சாயப்பட்டறையில் விறகுச் சுமை தூக்குவதும், நூல், சேலை பண்டல்களை ஏற்றி இறக்குவதுமான வேலை. திருவிழாக்காலங்களில் திரைகட்டி தெருக்களில் படங்கள் போடும் வேலை செய்வது கிருஷ்ணனுக்குப் பிடித்தமானது. ஊரே மெச்சும் பேச்சியின் அழகையும், பேசும் நிதானத்தையும். பேச்சிக்கு கனகதுர்கா என்றொரு மகள் மட்டும். போதை உச்சந்தலைக்கேறிய ஓர் நாளில், கிருஷ்ணன், "செவ்வந்திப் பூக்களின் மகரந்த வாசனைக்கு இணையானது பேச்சியின் அக்குள் வியர்வை வாசனை" என்று உளறி, குளறி காதலித்து அவளை மணந்த கதையை கோவில் தெப்பக்குளப் படித்துறையிலமர்ந்து என்னிடம் சொன்ன ஞாபகம். பேச்சியின் மகள் மீது எனக்கோர் ஈர்ப்பு. பிஞ்சு முலைகள் குத்தி நிற்க பூப்போட்ட பாவாடை, தாவணியுடன் வலம் வருவாள். கருங்கல்லில் தண்ணீர் விட்டு மசிய அரைத்து மஞ்சள் பூசிய கனகத்தின் இளமுகத்தை

இவ்வுலகின் ஏதொன்றோடும் ஒப்பிடமுடியாது. கிருஷ்ணனை மாமாவென்றே அழைப்பேன். சாயமேறிய நூல் வாசனை பழகிப்போன என் நாசிக்கு, பேச்சி வீட்டில் குவிந்து கிடக்கும் பூக்களின் வாசனை மீதும் அவளின் மகள் மீதும் இனமறியா கிறக்கம்.

கால்களில் கடலையும், கரையையும் ஒருசேர ஏந்திக் கந்தனைக் காணச் செல்லும் வழியில், 'கருணைக்கடலே கந்தா போற்றி, யய்ப்பனே முருகா' என களைப்பேறியவர்கள் அமரும் சுற்றுப்பாதையில் சுருண்டு கிடந்தான் மரகமூர்த்தி தேடிவந்த தன் மருமகன். பண்டாரங்களுடன் நேற்றிரவு போட்டியில், மிளகாய்வற்றலில் கஞ்சாவை அடைத்து இழுத்த இழுப்பில் ஏறிய போதையின் எரிச்சல் கண்களில் தெரிய விழிகளைச் சுருக்கி விழித்துப் பார்த்தான் அவன். "மாப்ள, என்னய்யா இதெல்லாம். ஏதாச்சும் குறைவுண்டுமா நம்ம வூல்ல."

"உங்கம்மா வந்திருக்கு பாருய்யா... யய்யா..." அழுதாகுறைதான் மாமனுக்கு. உறவுமுறைகளில் ஆண்பிள்ளை, பெண்பிள்ளை யாராயினும் மாமன் என்பவன் அப்பிள்ளைகளின் முதல் நண்பனாவான், மூர்த்திக்கு தன் மருமகன் பெறாத பிள்ளையும் கூட. கல்லாய்ச் சமைந்து நின்ற அழகுராஜத்தின் கண்கள் மகனின் இந்நிலைகண்டு தவித்தது. "இந்த கிறுக்குக்கூதி மகள எதுக்கு கூட்டியாந்த மாமா?"

"தேவிடியாளா இருந்தாலும் பிள்ளயப் பெத்த பொம்பள சாமிக்கி சமமுடா... தாகமுள்ளவனுக்கு தான் பச்சத்தண்ணி கூட தாய்ப்பாலாத் தெரியும்."

"உங்காத்தா தெய்வமுடா தப்பிலிக்கூதி... அவக அருமை ஒனக்கெங்க தெரியப்போகுது?"

கோயிலென்றும் பார்க்காமல் கத்தித் தீர்த்தார் அங்கப்பன். நால்வரின் மௌனத்துக்குள்ளும் வெயிலேறிய வெப்பக்காற்றும், கூட்ட இரைச்சலும் நுழைந்து வெளியேறியது. மூர்த்திக்கு அவன் அக்காள் மகன் மட்டுமல்ல,

அவர் பெண்ணைக் கட்டிய மருமகனும்கூட. "மாப்ள, பொன்ராசு... ஆத்தாள அப்படி பேசப்பிடாதுய்யா! உங்க

அப்பாரு வந்திருக்காருய்யா, வாய்யா நம்ம வூட்டுக்கு." அதிர்ந்து உறைந்தவன் பொத்தென சுற்றுப்பிரகாரத் தரையில் விழுந்தான் பொன்ராசு.

அன்று மூன்றாம் நாள் மண்டகப்படித் திருவிழா. செவல்கண்மாய்ப் புதர்கள் தாண்டி கள்ளு குடிக்கப்போன இடத்தில் பாம்பு கடித்ததாக அப்பாவிடம் பேச்சியும், அவள் மகளும் விசும்பலுடன் சொல்லிக் கொண்டிருந்தார்கள். கனகத்தின் கண்ணீர்கண்டு என் மனம் இருப்புகொள்ளவில்லை. உதவும் குணமென்பது மட்டுமில்லையென்றால் மனிதம் எப்போதோ செத்திருக்கும். எனக்கென்று யாருமில்லை காப்பாற்று என்று கல்சிலை முன் நிற்கிற மனிதத்தை என்னவென்று சொல்வது? கிருஷ்ணனைத் தூக்கிக் கொண்டு அன்று ஆஸ்பத்திரிக்கு எங்கள் தெருச்சனமே ஓடியிருந்தது. மக்கள் மேன்மக்களாவது நற்செயல்களுக்குள் தங்களை ஆட்படுத்திக்கொள்வதிலும் கூட. கிருஷ்ணனுக்கு இத்தனை உறவுகளா? 'மனுசன் நல்லவன்டா. ஒன்னும் ஆகாது'னு ஆஸ்பத்திரி வாசலில் காத்திருக்கும் ஊர் அமைதியில் திருவிழாவின் இரைச்சல்கள், மனித மனங்களுக்கு திருவிழா இன்பமென்றால், உதவுவதில் பேரின்பம்தானே? காலம் ஆணின் முன் பொதுவான உணர்வுச் சுழற்சியை முன் வைக்கிறது, அதில் பெண்பார்க்கும் நிகழ்வென்பது வெறும் நிகழ்வல்ல. எனக்கான பெண் தேடல் தொடங்கிய காலத்தில், விரும்பிய கனகத்தை கேட்கச் சொல்லி அப்பாவிடம் பேசிய அன்று விழுந்த முதல் அறை தான் அப்பத்தாவின் என் மீதான கோபம் இன்றளவும், பேச்சியின் மீதும். அப்பா, அம்மாவுக்குச் சம்மதம். கிழவியின் பேச்சை மீறிய மகனின் திமிரை சம்பிரதாயச் செருப்பால் அடித்தும் பார்த்தாள். மனமுதிர்வென்பது வயதுகளின் மூப்பிலல்ல, புரிதல்களின் புலர்வுகளிலிருந்தே.

ஊரில் எம வைத்தியர் வீடென்றால் காக்கா உட்காரக் கூடப் பயப்படுமென்று பேச்சுண்டு. 'கிறுத்திரியம் பிடிச்ச சூதிமகன், ஒரு சனம் நல்லாருக்கப் பொறுக்க மாட்டாதவன், சல்லிப்பய, சூதுக்காரநாயி,' இப்படியெல்லாம் வசைச்சொற்கள் வாங்கிய தலைமுறைகுடும்பத்து வாரிசு பொன்ராசு. பொன்ராசின் பாட்டன் ஆகாவலிகளுக்கெல்லாம் பெருந்தலை. நெசவுக்கார அருணாசலத்துடன் சேர்ந்து சித்துவேலை பழகி, ரோட்டில்

கயிற்றிலாடி வயிற்றுப்பிழைப்பு நடத்தும் கூத்தாடிகளை விழவைப்பது, செய்வினை, சூனியம் என கர்மவினைகளை வாரிசுகள் மேல் இறக்கி வைத்த பெருமை அவருக்கு. பொன்ராசுக்கு 19 வயதிருக்கும் காலத்தில் ஓர் நாள், ஏர்வாடி தர்காவைச் சேர்ந்த இரண்டு ஆட்களைக் கூட்டி வந்து நடுவீட்டில் வைத்து பூஜை பண்ணிக்கொண்டிருந்தார்கள். கர்மங்கள் வினைகள் தீரும் என்ற நம்பிக்கையில் பொன்ராசின் அப்பாவும், அம்மாவும். நாட்கள் செல்லச்செல்ல, தன்னிலை பிறழத்துவங்கி தெருவில் ஓடுவதும் அலறவதுமாக அவன் அப்பாவின் நடைமுறைகள் மாறத்துவங்கின. அடிக்கடி புரியாத பாஷையில் உளறுவதும் வீட்டின் அமைதியில் அஹோரச் சிரிப்பை உதிரவிடுவதுமாக நிலைமை முற்றியது. தர்கா ஆட்கள் இனி பலனில்லை அவரை தர்காவில் சேர்க்கச் சொல்லிவிட்டார்கள். வன்மங்களையும் கர்மங்களையும், தன் தலைமுறை மீது இறக்கிவிட்ட பாட்டனின் செயல்களை நினைத்தே பொன்ராசுவிற்கு வாழ்வு குற்றவுணர்வாகிவிட்டது. யாரைக்கண்டாலும் எறிந்து விழுவது, அடிப்பது, அடிவாங்கித்திரிவதென வாழ்வைநகர்த்தி அலைக் கழிந்தவனுக்கு தாய்மாமன் பெண்ணைக்கட்டி வைத்து அழகு பார்த்தாள் அம்மா அழகுராஜம். 29வயதே ஆன அவனுக்கு 3பிள்ளைகள். குடும்பபாரமென்பது பெண்இடுப்பிலும் ஆண் மார்பிலும் தாங்கித்திரிவதும் போல. பொன்ராசுவின் மாமன் மூர்த்திக்கோ ஒருதலைமுறையே அவரின் பாரம் தான். மருமகன் முகத்தில் தண்ணீரடித்து எழுப்பி பஸ் ஏற, கடற்கரை மணல் சூட்டில் நடையில் ஓட்டம் திளைத்துக்கொண்டிருந்த மாமன் காலில் கதறி விழுந்து அழுதான் பொன்ராசு. மாப்ள, என்னய்யா இதெல்லாம்?? நீ தாம்யா எங்காத்தா வூட்டு ஆம்பள வாரிசு. வேணாம்யா. அழுகையும் சிலநேர ஆறுதல்தான். அணைத்துக் கூட்டிப் போனார்கள். காலம் கடுகளவும் சிலபேரை மன்னிக்காது. சிற்சில நேரங்களில் கடலளவு மன்னித்தருளும். பொன்ராசுவிற்கு கிடைத்த மன்னிப்பு தன் தலைமுறைக்கானது.

பேச்சியின் மகளை ஊர்மெச்சத் திருமணம் முடித்து வைத்தார்கள் எனக்கு. கிழவிக்கு மட்டும் அதீத கோபம். வயது நரைத்தால் அன்பு நுரைத்துத் தள்ளுகிற வயதிலும் இப்படி கோபமா என்பது மலைப்பான விஷயம்தான் இன்று வரை. கால ஓட்டத்தில் அம்மாவின் உடல்நலக்குறைவும், கிருஷ்ணன்

மாமா திரையிடச்சென்ற இடத்தில் விளக்கணைக்க தெரு மின்கம்பத்தில் ஏறி மின்சாரம் தாக்கி இறந்ததும் என்று கிழவிக்கு கோபத்தை பேச்சி மீதும் எங்கள் மீதும் உமிழ வழி கிடைத்துக் கொண்டுதானிருந்தது. அத்தை தன் மகளான என் மனைவியை, பேரனைப் பார்க்க வருவதேயில்லை. வீட்டைக் காலி செய்து கோயில் பிரகாரங்களில் தங்கிப் பெருக்கி காலம் தள்ள பழகிக் கொண்டாள். கடைசியாக தன் மகளின் தேய்ந்த வார்வைத்த செருப்பை வாசலில் வந்து வாங்கிச் சென்றதோடு சரி. வீடு நுழையவே இல்லை!

காக்கை கூட உட்காரப் பயப்படும் எம வைத்தியர் வீட்டின் முன் வராந்தாவில் வெளிமாநில ஆட்கள் போல் அமர்ந்திருந்த பலருக்கு மத்தியில் பொன்ராசுவின் அப்பா மேல்சட்டையில்லாமல் ஒட்டி ஒடிந்த தேகத்துக்குள் ஒளிர்ந்தமர்ந்திருந்தார். தர்காவிலிருந்து அவர் தப்பியதாகவும், நீங்களே தேடிக் கொள்ளவேண்டுமென்றும் அதன் நிர்வாகிகள் சொல்லிச் சென்று 6 ஆண்டுகளாகியிருந்தது. இவரைத் தேடித் திரிவதைவிட வாழ்வின் சுமைகளைக் கடத்திக் கொண்டிருப்பதிலேயே மூர்த்தியின் பிழைப்பும் தேய்ந்து கொண்டிருந்தது. உண்மையில் மனிதன்தான் பெருந்தெய்வம், அவன்தான் கொடும் மிருகமும். வீட்டுக்குள் நுழைய மறுத்த பொன்ராசின் கால்களை மூத்த பிள்ளை கட்டிக்கொண்டான். இரக்கமற்ற அமைதி. பேச்சரவம் கூட காட்டவில்லை யாரும்.

"soul of a women is like violin..
violonist makes the good show"

பொன்ராசின் அப்பா பெருங்குரலெடுத்துக் கத்தினார். அமைதியின் முதுகில் விழுந்தது கனத்த அடி. கூட்டமே மலங்க மலங்கப் பார்த்தது. பொன்ராசின் கடைசி மகள் பேச்சி வாசலில் கிடந்த கட்டைச் செருப்பைக் காலில் மாட்டி டக்டக்கென தடுமாறிச் சிரித்து நடந்துகொண்டிருந்தாள்.

—

ஆயுள் தண்டனை

இரா. அபர்ணா

"அம்மா, இங்க யாரும் வராங்களா?"

"யாரும் வரமாட்டாங்க... நீ உட்காரும்மா."

"சன்னல் பக்கம் உட்காந்துக்கவா?"

"ம்ம்... உள்ள போம்மா..."

"நானும் பாத்துட்டே இருக்கேன். பஸ் எடுத்ததுல இருந்து ஏதோ காணாததக் கண்ட மாறில பாத்துட்டு வர... ரொம்ப நாளைக்கு அப்புறம் ஊருக்குப் போறியாக்கும்..."

"ஆமாங்கம்மா..."

"எவ்ளோ நாள் ஆச்சு... ஊருக்குப் போய்?"

"பதினாலு வருசம்..."

"அப்ப சின்னப் புள்ளயா இருக்கேல போய்ருப்ப... எந்த ஊருக்குப் போற?"

"திண்டுக்கல்லுக்கு... நீங்க?"

"அட... நானும் அங்கதான் போறேன்... தெரிஞ்சவங்க வீட்டுக்குப் போறியாம்மா? இல்ல வீடே அங்க இருக்கா?"

"... ..."

"என்னம்மா... ஏதோ யோசனைலயே இருக்க மாதிரி இருக்கு. வீடு திண்டுக்கல்லயானு கேட்டேன்."

"அது... அங்கதான் வீடு இருந்துச்சு..."

"ஓ... அப்ப முன்ன திண்டுக்கல்ல இருந்தீங்களா? சரி சரி..."

"ம்ம்..."

"என் மக வீடு இங்கதான் வேலூர்ல இருக்கு. அங்கதான் வந்துட்டுப் போறேன்... நீயும் வேலூர்தானா?"

"பதினாலு வருசமா இங்கதாங்க இருந்தேன்..."

"எந்த இடத்துல வீடு?"

"ஜெயில்"

"ஓ... ஜெயிலுக்குப் பக்கத்துலயா?"

"இல்லங்க... ஜெயில்லதான் இருந்தேன்... இன்னைக்குத்தான் விடுதலையாகி வரேன்..."

இந்த வார்த்தைகளைக் கேட்டதும் அதுவரை சலசலத்துக் கொண்டு வந்த சரசு வாயடைத்துப் போனாள். வேறு ஏதும் இருக்கை இருக்கிறதா என்று சுற்றும்முற்றும் பார்த்தவள் ஏதும் இல்லாததால் அங்கேயே முன்பு இருந்ததை விடக் கொஞ்சம் விலகி அமர்ந்தாள்.

ஒரு வித பயத்தோடே தன் அருகில் அமர்ந்திருந்தவளைப் பார்த்துக் கொண்டிருந்தாள் சரசு. அவளது பாவப்பட்ட முகமும் ஒரு குழந்தையின் ஆர்வத்தோடே அவள் வெளியே பார்ப்பதையும் கண்ட சரசுவுக்கு ஏதோ செய்ய, மெல்லமாக பேச்சு கொடுத்தாள்.

"ஏன்மா, குடும்பக் கஷ்டத்துல திருட ஏதும் செஞ்சுட்டியா?"

"இல்லங்க."

"வேற எதுக்காக?"

"கொலை."

இதைக் கேட்டதும் சரசுவுக்கு மேலும் பயம் கூடிப் போனது.

"யா... யார கொ... கொலை?"

விரக்திப் புன்னகை ஒன்றை உதிர்த்தவள் சொன்னாள்:

"அண்ணன..."

வாயடைத்துப் போனாள் சரசு. இருந்தும் ஒரு ஆர்வ மிகுதியால் பேச்சைத் தொடர்ந்தாள்...

"எ... எ... என்னாச்சு? எப்டி?"

சன்னலில் இருந்து கண்ணகற்றாமல் மௌனித்து இருந்தவள், சில நிமிடங்களுக்குப் பின் அவளாகவே சொன்னாள்,

"எல்லார மாதிரியும்தான் என் வாழ்க்கையும் ரொம்ப அழகான வாழ்க்கை... அம்மா அப்பா இவங்க ரெண்டு பேரும்தான் என் உலகம். அதே மாதிரி அவங்க உலகமும் நான்தான். எங்க சொந்த ஊர் ஒண்ணும் திண்டுக்கல் கெடையாது, வாழ வந்த ஊர்தான்... எங்க அப்பா அம்மா ரெண்டு பேரும் வேற வேற சாதி... கல்யாணம் முடிச்சுட்டு வந்த அவங்கள ரெண்டு பேர் வீட்லயும் சேத்துக்கல... ஊர்லயும் சேத்துக்கல...

நீங்க என்னடா எங்கள ஊர விட்டு ஒதுக்கி வைக்குறது, நான் இந்த ஊர ஒதுக்கி வைக்குறேன்டான்னு எங்க அப்பாவும் அம்மாவும் சொந்தபந்தம் எதுவும் வேணாம்னு எல்லாரையும் விட்டுட்டு திண்டுக்கல்ல வந்து தங்கிட்டாங்க...

படிச்சிருந்தாலும் எங்க அப்பாவுக்கு படிப்புக்கு ஏத்த வேலைலாம் கெடைக்கலனுதான் சொல்லனும். கெடைச்ச வேலையச் செஞ் சாலும் அப்பாவும் அம்மாவும் சந்தோசமாதான் இருந்திருக்காங்க.

அம்மா என்கிட்ட அடிக்கடி சொல்லுவாங்க... நான் ரொம்ப ராசியானவளாம். நான் பொறந்ததுல இருந்து அவங்க வாழ்க்கைல நல்லது மட்டும்தான் நடந்துச்சாம்."

ஏதோ பல நாள் பேசாதிருந்தவள் வாய் திறந்தது போலவும், யாரிடமாவது அனைத்தையும் சொல்ல வேண்டும் என ஏங்கித் தவித்ததைப் போலவும் அவள் சொல்லிக்கொண்டிருக்க, பயம் தெளிந்து இயல்பாய் கேட்டுக் கொண்டிருந்தாள் சரசு.

"கொஞ்சம் கொஞ்சமா சேத்த காசுல நாங்க சின்னதா ஒரு மளிகைக் கடை வெச்சோம். எங்க கடைக்கும் என் பேருதான். அந்த ஊருல இருக்க எல்லாரும் எங்க கடைக்கு வருவாங்க. வெளியூர்க்காரன் வந்து இங்க கடை வெச்சு இவ்ளோ நல்லாருக்கானேனு நெறைய பேருக்குப் பொறாம வேற.

ஆனா நாங்க எதையும் கண்டுக்கல... என்ன விட இந்த உலகத்துல யாரும் சந்தோசமா இருந்திருக்க மாட்டாங்க தெரியுமா... அவ்ளோ சந்தோசமா இருந்தேன்."

இதுவரை பதிலை எதிர்பாராமல் பேசிக்கொண்டிருந்தவள் சற்று பேச்சை நிறுத்தி, சரசுவை ஏறிட்டு...

"நீங்க திண்டுக்கல்ல எத்தன வருசமா இருக்கீங்க?" என்றாள்.

"நான் பொறந்தது வாக்குப்பட்டது எல்லாமே திண்டுக்கல்தான் மா..."

"இந்த நியூஸ் பேப்பர், நியூஸ் சேனல்லாம் பாப்பீங்களா?"

"நானும் பன்னெண்டாவது வர படிச்சிருக்கேன்... தெனமும் எங்க வீட்ல நியூஸ் பேப்பர் வாங்குவோம்... காலைலயே இல்லைனாலும் ராத்திரிக்குள்ள படிச்சு முடிச்சிடுவேன்.." என்று சற்று பெருமையாகவே சொன்னாள் சரசு.

"ம்ம்... அப்ப நீங்க என்னை பேப்பர்ல பாத்திருப்பீங்க" என்று ஒரு புன்னகையோடு சொன்னாள்.

'ஒருவேள இவ பண்ணுன கொலையப் பத்தி வந்திருக்குமோ... அதப் போய் இப்படி சந்தோசமா சொல்றாளே' என்று யோசித்த சரசு மௌனமாகவே இருந்தாள்.

"ரொம்ப நாள் ஆச்சில... மறந்திருப்பீங்க... பத்தாவதுல நான்தான் திண்டுக்கல் மாவட்டத்துல ரெண்டாவது மார்க்... எல்லா பேப்பர்லயும் போட்டாங்க... நம்ம ஊரு டிவிலலாம் கூட போட்டாங்க... எங்க அப்பா அம்மாவுக்குக் கொஞ்ச நஞ்ச சந்தோசம் கிடையாது... சொல்ல அடங்காத அவ்ளோ சந்தோசம் அவங்களுக்கு... அன்னைக்கு கடைக்கு வர எல்லாருக்கும் இனிப்பெல்லாம் குடுத்து பயங்கர ஆர்ப்பாட்டமே பண்ணிட்டாங்க...

ஊர் கண்ணு பட்டுச்சா... இல்ல இவ்ளோ சந்தோசமே இவங்களுக்குப் போதும்னு கடவுள் நினைச்சாரான்னு தெரியல... எப்பவும் போய்ட்டு வர அதே ரோடுதான்... அன்னைக்குனு... ஒரு கார்...

நாங்களும் எவ்வளவோ முயற்சி பண்ணிப் பாத்தோம்.... ஒரு வாரம் ஆஸ்பத்திரில... எப்டியாச்சும்... அப்பாவ... அப்பாவ... காப்பாத்திடலாம்னு... ஆனா..." என்று முழுமையும் முடிக்க முடியாமல் அவள் கண்கள் நீரால் நிரம்பியிருந்தது.

சரசுவின் கண்களில் கூட ஏனோ நீர் கோர்த்து நின்றது.

"பஸ் இங்க அர மணிநேரம் நிக்கும். வேற எங்கயும் நிக்காது... சாப்படறவுங்க சாப்டுங்க... பாத்ரும் போறவங்க போலாம்" என்று கண்டக்டரின் குரல் கேட்டு இருவரும் தன் நினைவுக்கு வந்தனர்.

"வாம்மா... ஏதாவது சாப்டு வரலாம்..."

"இல்லங்க... எனக்கு ஒண்ணும் வேணாம்... நீங்க போய்ட்டு வாங்க..."

"அட... வாம்மா... பஸ் இன்னும் மூணு மணிநேரம் எங்கயும் நிக்காது" என்று வற்புறுத்தி தன்னுடன் அழைத்துச் சென்றாள் சரசு.

இருவரும் காபி குடித்துவிட்டுப் பேருந்தில் ஏற சில நிமிடங்களில் கிளம்பியது பேருந்து.

சரசு தானாக முன்வந்து, "அப்றம் என்னம்மா ஆச்சு?" என்று கேட்டாள்.

"சொந்தம்னு சொல்லிக்க யாரும் இல்ல. இப்ப அப்பாவும் இல்லாம நானும் அம்மாவும் ரொம்ப தனிச்சுப் போய்ட்டோம். அப்பா தவறுன செய்தி தெரிஞ்சு கிட்டத்தட்ட இருபது வருசம் கழிச்சு பாக்க வந்தாங்க அம்மாவோட அக்கா. அவங்கள அப்பதான் மொத தடவை பாத்தேன். ஆனா அம்மா பல தடவை சொல்லி கேட்ருக்கேன். பெரியம்மா பெரியப்பா அண்ணா அக்கானு நாலு பேரும் குடும்பத்தோட பாக்க வந்திருந்தாங்க. அந்த நேரத்துல அப்படி ஒரு ஆதரவும் அக்கறையான சில வார்த்தைகளும் எங்களுக்கும் தேவையானதாத்தான் இருந்துச்சு.

அந்த வருசம் பன்னெண்டாவது பரிட்சைல நான் பாஸ் ஆனாதே பெரிய விசயமா போச்சு.

ஆசை அதிகம்தான், ஆனா என்னோட நேரம் சரி இல்ல... வீட்டுக்குப் பக்கமா இருந்த கவர்மென்ட் காலேஜ்ல, அதுவும் எல்லாத் துறையும் நிரம்பிப் போக எனக்குனு காத்துட்டு இருந்துச்சு வரலாற்றுத் துறை. அதுலலாம் எனக்கு எந்த வருத்தமும் இல்ல. நான் ஒரு டாக்டர் ஆகனும்னு எங்க அப்பா அம்மாவுக்கு ஆச இருந்துச்சு. காலம் அந்த ஆசைல மண்ண அள்ளிப் போட்டாலும் எனக்குக் கெடச்சத வெச்சே சாதிக்க முடியும்ங்குற நம்பிக்கை இருந்துச்சு.

அப்பாவோட இழப்பு எங்களுக்கு ஈடு கட்ட முடியாத ஒண்ணு. இருந்தாலும் வாழப் பழகிட்டோம். வேற எந்த சொந்தமும் எங்கள ஏத்துக்கல. எங்களப் பாக்க வந்தது அம்மாவோட அக்கா மட்டும் தான். அவங்க வீட்டுக்கு வரேலயும் சரி... நாங்க ரெண்டொரு தடவ அங்க போனப்பவும் சரி... அவங்க பையனோட நடவடிக்கை கொஞ்சம் கூட சரி இல்ல.

'இப்படிலாம் நடந்துக்காதிங்க அண்ணா... கொஞ்சம் கூட சரி இல்ல'னு கண்டிச்சேன்."

"என்னடி அண்ணா ணொன்னானு... இருவது வருசம் பாத்தது கூட இல்ல... அண்ணாவாம் அண்ணா..."

"அவன் போக்கு சரி இல்லனாலும் அம்மாவுக்குக் கொஞ்சம் ஆதரவா இருந்தது அவங்க அக்காதான். இதெல்லாம் சொல்லி

அம்மாவுக்கு இருக்க கொஞ்ச நஞ்ச நிம்மதியையும் கெடுக்க நான் விரும்பல."

"இப்டியே காலம் போய்ட்டு இருந்துச்சு. வர போகேல சில்மிசம் பண்ணிட்டு இருந்தவன், இதுக்காகவே மெனக்கெட்டு வரவும் ஆரம்பிச்சிருந்தான். ஒரு செவ்வாக்கெழம பெரியம்மாக்கு காய்ச்சல் வந்து ரொம்ப முடியாம ஹாஸ்பிட்டல்ல அட்மிட் பண்ணிருக்காங்கனு ஃபோன் வந்துச்சு. எனக்கு செமஸ்டர் எக்ஸாம் நடந்துட்டு இருந்துச்சு. அம்மா நைட்டுக்குள்ள வந்திடுறேன்னு சொல்லிட்டுத்தான் போனாங்க.

காலேஜ் விட்டு வந்து பாக்குறப்ப வீடு தொறந்திருந்துச்சு. அம்மாதான் வந்துட்டாங்கனு நெனைச்சேன். ஆனா வந்திருந்தது அம்மா இல்ல.

நான் அம்மா அம்மான்னு கூப்புட்டே உள்ள போனேன். திடிர்னு யாரோ கதவத் தாழ் போடுற சத்தம். திரும்பிப் பாத்தா அ... அவனும் அ... அ... அவனோட பிரெண்டு ஒருத்தனும் நின்னுட்டு இருந்தாங்க."

இதைச் சொல்லும் போதே அவளது உடல் மொத்தமும் வியர்த்து இருந்தது. கண்கள் ஒருவித பயத்தைக் காட்டின. கதை கேட்டுக் கொண்டு வந்த சரசுவும் பரபரப்போடு 'அடுத்து' என்பது போன்று அவளைப் பார்த்திருந்தாள்.

"நான் என்ன நடக்குதுனு சுதாரிக்குறதுக்குள்ள அவன் என் பக்கத்துல வந்துட்டான்.

எவ்வளவோ கெஞ்சுனென்... கத்துனேன்... ஆனா என் சத்தம் ஏன் யாருக்கும் கேக்கலனு தெரியல... என்னோட பலம் கொண்ட மட்டும் போராடுனேன். அவன் அடிச்ச அடில செதறிப் போய் கீழ விழுந்தேன். என் மேல அவன்... எப்டியும் என்ன சாகடிச்சிருவானுங்கனு தெரியும். அப்பவும் என்னோட போராட்டம் நிக்கல. எப்பவோ தொலஞ்சு போன கத்தி. டேபிளுக்கு அடில இருந்து கைக்கு தட்டுப்பட்டுச்சு. அத எடுத்து அவன் கழுத்துல சொறுகுனேன். பக்கத்துல இருந்த அவன் ஃப்ரண்டு எதையோ வெச்சு என் மண்டைல அடிச்சான். அவ்ளோதான்.

கண்ண முழிச்சு பாக்குறப்ப நான் ஒரு ஆயுள்தண்டனை கைதியாயிருந்தேன்." என்று சொல்லி விரக்திப் புன்னகை ஒன்றை உதிர்த்தாள் மகிழினி.

கதை கேட்டுக் கொண்டிருந்த சரசுவின் கண்களில் அவளை யறியாது கண்ணீர் வழிந்தோடியது.

ஒரு பெருத்த அமைதிக்கு பின்...

"இப்ப எங்கம்மா போற?"

"எனக்காக ஒரு உயிர் காத்துட்டு இருக்குங்க..."

ஒன்றும் புரியாமல் விழித்தாள் சரசு.

"என்னைப் பெத்தெடுத்த உயிர். இப்ப கொழந்தையாட்டம் இந்த உலகத்துல நடக்குற எதுலயும் சம்பந்தப்படாம மனநலக் காப்பகத்துல இருக்காங்க.

எனக்காச்சும் பதினாலு வருசத்துல ஆயுள் தண்டன முடிஞ்சிருச்சு. அவங்களுக்கு ஆயுள் முழுக்க தண்டனைதான்."

—

இந்த நாள்

Tyler Durden

அவன் தன் புதிய வீட்டு மாடியில் இருந்து மேற்குத் தொடர்ச்சி மலையைப் பார்த்தபடி யோசித்துக்கொண்டிருந்தான், "இன்னிக்கு ஏதாவது எழுதியே ஆகணும், ஆனா எதுக்கு? நாமா ஒண்ணும் எழுதற அளவுக்கு வாழ்ந்திடலயே, எதாவது சொல்கிற மாதிரி அனுபவமும் இல்ல. ஏதோ தினமும் ஒரு உலக சினிமா, இல்ல ஒரு Netflix சீரிஸ் பாத்துட்டாலோ, கொஞ்சம் Crime and Punishment படிச்சிட்டாலோ; இல்ல தஸ்தோவஸ்க்கி பத்தி யாருனா YouTubeல பேசுனத கேட்டுட்டா உடனே எழுதலாமா என்ன?! அதுக்குன்னு ஒரு தராதரம் வேண்டாம்? சரி,

எழுத ஆரம்பிக்கறேன்னு வச்சுப்போம், என்னத்ததான் எழுத? நாம எழுதறது யாரையாது அப்படியே உள்ள போய் கோடாயணும்ல, அதுக்குதான் எழுதறோம். இல்ல நம்மளயாச்சு அட்லீஸ்ட் மாத்தனும், ஆனா அது எழுதுன அப்புறம் தான் தெரியும், அப்போ எழுதலாமா???"

சட்டென்று எழுந்து தன் அறையை நோக்கி ஓடினான். தன் ஸ்மார்ட் போனில் டைப் செய்ய ஆரம்பித்தான், அவனைப்

பற்றி எனக்கு தெரிந்த சில விஷயங்களைச் சொல்லிவிடுகிறேன். அவன் எம்.பி.ஏ முடித்து இரண்டு வருடங்கள் ஆகின்றன. மதுரையில் ஒரு பிரபலமான கல்லூரி அது. அவனை அவனுக்கு அறிமுகப்படுத்திய காலங்கள் அவை. நடுத்தர வர்க்கம்தான், ஆனாலும் அவன் பெற்றோர்கள் இவன் படிப்புக்காகச் செலவு செய்யத் தயங்கவில்லை; அம்மா, இவன் பி.இ படிக்க ஆரம்பிக்கும்வரை மில் வேலைக்கு போய்க்கொண்டுதான் இருந்தாள்; சுமார் 25 ஆண்டுகள். அப்பாவோ, இவன் எம்.பி.ஏ முடிக்கும்வரை வாட்ச்மேன் ஆக இருந்தார். தன் இளம் வயதை விவசாயத்தில் கழித்தவர்; உலகமயமாக்கள் அவரை வாட்சுமேன், பக்கத்தில் உள்ள Rolon manufacturing கம்பெனி, Suzlon, LMW என்று ஏளனம் செய்தது; ஒரே பையன், அதனால் பொறுத்துக்கொண்டார்; ஆனாலும் அநியாயத்துக்கு துணைபோக மாட்டேன் என்று ஆறு மாதத்துக்கு ஒரு முறை சூப்பிரவைசர், மேனேஜரிடம் தகராறு ஏற்பட்டு வேலையை விட்டுவிட்டு வருவார்; அம்மாவுக்கு அப்பா எப்போதும் பிழைக்கத்தெரியாத ஆள். ஆனால் வேலையில் இல்லாதபோது அவர்தான் சமையல், வீட்டுப் பராமரிப்பு எல்லாம்; அப்பா ஏன் இந்த வேலை எல்லாம் பாக்கணும் என்று அவன் ஆவேசப்படுவான். "கல்யாணம் ஆனாலும் பொம்பளைங்கல வேலைக்கு அனுப்பணும், பெண்ணைச் சுதந்திரமா விடலைன்னா குடும்பம் அவளோதான்" என்று அவர் கடந்த வாரம் அவனிடம் அறிவுறுத்திக் கொண்டிருந்தார். போன மாதம் அம்மாவின் கனவு நிறைவேறியது, புதுமனை கட்டியாயிற்று. அம்மாவின் அப்பா கஷ்டப்பட்டுச் சம்பாதித்த நிலம், அவர் அம்மாவின் சிறு வயதிலேயே இறந்து போனார். பின்பு அம்மா கல்யாணம் வரை தன் தாயாருடன் உழைத்து வளர உதவிய நிலம், புது மனையாக மாறியது. அம்மாவுக்கு அவன் ஒரு முப்பது ஆயிரம் சம்பளம் தரும் வேலைக்குப் போய்க்கொண்டு இருந்தால் போதும். இரண்டு வருடங்களில் கல்யாணம். அதன் பிறகு அம்மாவின் வாழ்க்கை பிறவிப் பலன் அடைந்தது என்று ஒரு விஷன்.

இவன் இந்த லாக்டவுனுக்கு முன்பு சேலத்தில் Swiggy டெலிவரி பார்ட்னர் ஆக இருந்தது தெரிந்தால் அம்மா அவ்வளவுதான், அப்பா கூடப் புரிந்து கொள்வார் என்பது இவன் நம்பிக்கை. எம்.பி.ஏ முடித்த இரண்டு மாதத்தில் சொந்த ஊரான கோவையில்

மார்கெட்டிங் எக்ஸிக்யூட்டிவாக ஆக வேலை கிடைத்தது, பக்கத்துக்கு வீட்டுக்கார அண்ணாவின் ரெஃபெரன்சில், கேம்பஸ் இன்டெர்வியூவிற்கு அவ்வளவு முக்கியத்துவம் இவன் கொடுத்திருக்கவில்லை. மார்கெட்டிங் எக்ஸிக்யூட்டிவ் வேலை இவனுக்கு அர்த்தமற்றதாகவே இருந்தது; இரண்டு மாதத்தில் ராஜினாமா. Swiggy யில் ஒரு ஐந்து மாதங்களாக வேலையில் உள்ளான், அவனுக்கு அது பிடித்துப் போயிற்று.

"How long should be a short-story?" என்று கூகுள் செய்த பிறகு, 'சென்னையில் ஒரு நாள்' என்று தலைப்பிட்டு அவன் எழுத ஆரம்பித்தான்.

திடீரென எதனால் இன்று அவனுக்கு எழுதத் தோன்றியது என ஆராய முற்பட்டான், ஏனெனில் அது அவனை திரும்ப எழுதவைக்க உதவும் என நம்பினான், "இன்னிக்கு கிளைமேட் டல்லாதான் இருக்கும். நேத்து ராத்திரி பூரா மழை. காலைல இருந்து 12 மணி வர சூரியன் வெளியவே வரல. நல்ல குளிர் காத்து, இன்னிக்கு வேலை செய்ய நல்லா இருந்துச்சு. மூணு பேருக்கு தோசை சுட்டு, பாத்ரம்லா கழுவி வச்சிட்டு, Moneyயு(அவன் வீடு நாய்ப் பெயர் தமிழில் மணி) கக்கா போக கூட்டிட்டுப் போய்ட்டு வந்துட்டு, மாடிக்குப் போனா, உளட்டி நல்லா தெரிஞ்சுது, YouTubeல கோணங்கி தஸ்தோவஸ்கி பத்தி பேசுனத அந்த கூதக் காத்துல கேக்க சொர்க்கம் மாதிரி இருந்துச்சு; ஆனா தேவை இல்லாத ஒரு சத்தம் வந்துச்சு. ரெண்டு பிளாட் தள்ளி வீடு கட்ட, ஒரு மாடி உயரம் இருந்த வேப்ப மரத்த வெட்டுன சத்தம்தான் அது. ஆனா அதனாலயா எழுதத் தோணுச்சு, இல்ல. மரத்த வெட்டுன அதே ஆள் வந்து அப்பா கிட்ட நம்ம வீட்ல நடறதுக்கு வெத்தலைக் கொடி கொடுத்தார், அப்புறம் அவரு கொடுத்ததுதான் நம்ம வீட்ல இப்ப இருக்க எல்லா செடியும்னு தெரிஞ்சது. அப்பதான் ரூம்க்கு ஓடிப் போனேன்". பின்பு எழுதினான்.

"கோவையில் இருந்து 30 கி.மீ தூரத்தில் உள்ள நகராட்சியில்தான் நான் பிறந்து வளர்ந்தது எல்லாம். பி.இ வரை வீட்டை விட்டு வெளியே சென்றிருந்ததில்லை; அதாவது, தனித்து வாழ்ந்ததில்லை. அதனால் பி.இ. முடித்த கையோடு பெங்களூர் கிளம்பினேன், நண்பனுடன். சென்று ஒரு வாரத்தில் கால் சென்டரில் வேலை.

நான்காவது மாதம் வீடு வந்துவிட்டேன். அதன் பிறகு எம்.பி.ஏ வேடம். அது முடித்த பின்னர் ஒரு வேலை. அதுவும் இரண்டு மாதத்துக்கு மேல் நீடிக்கவில்லை, ஒரு ஐந்து மாதம் வீட்டில் இருந்த பிறகு கொஞ்சம் பணம் வாங்கிக்கொண்டு சென்னையில் வேலை தேடச் சென்றேன்."

அவன் அதற்கு முன் சென்னைக்கு இரண்டு முறைதான் சென்றிருந்தான். பி.இ கவுன்சிலிங்குக்கு அதன் பின் எம்.பி.ஏயில் அவன் கேம்பஸ் இன்டெர்வியூவில் பங்குபெற்ற மூன்று கம்பெனிகளில் ஒன்று அவனை ஃபைனல் இன்டெர்வியூவுக்கு சென்னை வரச் சொன்னதால் சென்றான்; முதல் முறை, "இந்த வேலை கெடச்சா சூப்பரா இருக்கும்" என்று ஆசுவாசப்பட்டான். அதற்கு சென்னைதான் காரணம். ஏதோ ஒன்று அவனை ஈர்த்தது. என்ன என்று புரியவில்லை. அந்த வெயில், உப்புக்காற்று, நெரிசல் ஆன சாலை, எல்லாமே அழகாக இருந்தது. ஆனால் அவன் அந்த இன்டெர்வியூவில் தேர்ச்சி பெறவில்லை.

"என் நண்பன் உதவியால் கிடைத்த ஒரு பி.ஜிக்குச் சென்றேன், பெங்களூரில் பி.ஜி.யில் இருந்த அனுபவத்தால், என்னிடம் இருந்த காசுக்கு ஏற்ப 3 ஷேரிங் ரூம் கிடைத்தாயிற்று. ஒரு மாதத்திற்கு டெய்லி பேஸிஸ் முறை, ஏன் டேய்லி பேஸிஸ்? ஒரு மாதத்தில் வேலை கிடைக்காது அல்லது இது ஒரு மாத டூர் என்று என் உள் மனதுக்கு அப்பொழுதே தெரிந்திருக்க வேண்டும். தினமும் மூன்று வேளை உணவு சாப்பிட்டால் ஒரு மாத காலம் வரை காசு இருக்காது அதனால் தினமும் swiggyயில் நல்ல பிரியாணி மதியம் 2 மணிக்கு, காலையில் எழுந்திருப்பது 11க்கு, இரவு உணவு ஒரு வாழைப்பழம் ஒரு kings சிகரெட். ஒரு ஐந்து நாட்கள் எதுவும் உண்ணாமல் கூட இருந்தேன். 12 நாட்கள் எதுவும் உண்ணாமல் தண்ணீர் மட்டும் குடித்து உயிர் வாழலாம் என்று கூகுள் சொல்லியது. ஐந்து நாட்களுக்கு மேல் சலிப்பு தட்டியது. கூடவே பிரியாணி வேறு, "நான் இருக்கேன்ல" என்றது. இரண்டு கம்பெனிகளுக்கு இன்டெர்வியூ சென்றேன், அப்பொழுதுதான் கேம்பஸ் இன்டெர்வியூவின் அருமை தெரிந்தது, கூடவே பிரின்சிபால் சொன்னதும், "Once you leave this campus without a job offer, you are just another sheep in the herd".

எழுத்து சலிப்பு தட்ட, WhatsApp சென்றான், 'ரஜினி' அண்ணாவின் வாய்ஸ் மெசேஜ், "என்னடா இர்ஃபான் கான் இறந்துட்டானா?" சென்ற வருடமோ அதற்கு முன்போ அவர் ஆப்பரேஷன் ஒன்றில் தப்பிப் பிழைத்ததைப் பற்றி அவர் ட்வீட்டியது ஞாபகம் வந்தது, அப்போது பார்க்கவே மெலிந்த நிலையில் இருந்தார். அந்தச் சம்பவத்துக்குப் பிறகு வாழ்வை இன்னும் அழகாகவே வாழ்ந்திருப்பார் என்று நம்பினான். FBJ™ RIP போஸ்டுகளாகவே இருந்தன. சில நெகிழ்வான, சில சோகமான சில நம்ப முடியாத பதிவுகள். RIP யில் இவனுக்கு நம்பிக்கை இல்லை, சாவு கொண்டாடப்படவேண்டியது என்று நம்பினான். ஆனாலும் ஒரு கலைஞனுக்கு இப்படி ஒரு வழி அனுப்பும் நிகழ்வு மகிழ்ச்சியாகவே இருந்தது.

ரஜினி அண்ணனுக்கு நேற்றுதான் திருமணம். வயது 35. அதனால் கரோனா ஒரு பொருட்டாகத் தெரியவில்லை. அவர் இவனது சக கிரிக்கெட் வீரர், 16 வயதில் இருந்து professional Cricketer. அப்புறம் சக கஞ்சாகுடுக்கியும் (Stoner) கூட.

"அன்று ஒரு இன்டெர்வியூ கால், Celebrity Management போஸ்ட், வசீகரமான பெயராக இருந்ததால் தவத்தைக் கலைத்து வருவதாக ஒப்புக்கொண்டேன், அதற்கு முந்தைய இரவு நண்பனுடன் நல்ல ஸ்போர்ட்ஸ் பாரில் ஒரு ஜி.பி.எல் மேட்ச், அதுவும் வசீகரமாக இருந்ததால் தவிர்க்க முடியவில்லை, அதற்காக இரண்டு நாள் kingsஐ மட்டுமே சாப்பிட வேண்டிய நிலை. மறுநாள் சென்றேன். நன்றாகவே நடந்தது. செலக்டட் என்று சொல்லிவிட்டு, சம்பளம் 15,000 என்று சொன்னார்கள். 20,000 ஆவது தரும்படி கேட்டேன். முடியாது என்றார்கள். ஹார்டான் பீலேவின் 'Us' படம் வெளிவந்த சமயம், Forum Mallலில் மதியம் ஒரு டிக்கெட் முன்பதிவு செய்துவிட்டு பஸ் ஏறினேன். ஜன்னல் சீட், சினிமாவில் பார்த்த கட்டிடங்களை நேரில் பார்க்க surrealஆக இருந்தது. சென்னையை surreal சிட்டி என்று கூட சொல்லலாம், அதன் architecture அப்படி. படம் அலாதியான அனுபவம். மாலின் எதிரே ஐஸ் மோர் அருந்திவிட்டு, அங்கு வந்த மக்களை நோட்டமிட்டபடி ஒரு இரண்டு மணி நேரம் கழிந்தது. பின்னர் அந்த Photography exhibition ஞாபகம் வந்தது, பெசன்ட் நகரில், கடலுக்குப் போனால் இந்நாள் நிறைவடைந்துவிடும் என்று தோன்றியது.

பெசன்ட் நகருக்கு வழி கூகுள் சொல்லியது, இரண்டு பஸ்கள் மாற வேண்டும். ஆஹா என்று பஸ்ஸுக்கு நின்றேன். மக்கள் நிரம்பி பஸ்கள் வந்த வண்ணம் இருந்தன. சரி ஆகட்டும் என்று ஏறினேன். ஏதோ பூங்கா ஒன்று அருகே கூகுளை நம்பி இறங்கி, திரும்ப ஒரு பஸ் மாறி அடையாறு வந்துவிட்டேன். திரும்ப கூகுள், பீச்சுக்கு 2 கி.மீ என்றது. சரி நடப்போம் என்று ஆரம்பித்தேன். வழி அருமையாக இருந்தன. அனைத்தையும் படம் பிடிக்கத் தோன்றியது, எப்படியாவது வேலைக்குப் போனதும் ஒரு காமெரா வாங்க வேண்டும் என்று ஒரு mission, இன்னும் அது கைகூடவில்லை. அதே வழியில், theosophical society என்று ஒன்று இருந்தது, மிகப் பசுமையாக 100 வருடங்களுக்கு மேல் வாழ்ந்த மரங்கள். பழுமையான கட்டிடங்கள் என்று வித்தியாசமாக இருந்தது. ஏதோ Elite சமூகத்தின் சொத்து என்று கடந்து சென்றேன். சமீபத்தில்தான், அது பல celebrities நடைப்பயிற்சி செய்ய வரும் இடம் என்று அறிந்துகொண்டேன்."

அந்த Photography Exhibition அவனுக்குப் புத்துணர்ச்சியைத் தந்தது, அதை அனுபவித்துவிட்டு வெளியே வர மனம் kings என்றது, அங்கு ஒரு கடையில் வாங்கிப் புகைத்தான், அவனுக்கு முன்னால் ஒருவர் தன் பாதி தம்மைக் கீழே போட்டுவிட்டுச் சென்றார், அங்கு சில சிறுவர்கள் விளையாடிக்கொண்டிருந்தனர். அந்த ஆள் போன உடனேயே அந்தச் சிறுவர்கள் அந்த சிகரெட்டை எடுத்து ஓடினார்கள். அவர்களைப் பார்த்து ஒரு புன்னகையை பரிமாறிக் கொண்டான். அவன் 'தம்'மோடு கடற்கரையை நோக்கி சென்றான்.

"அந்தப் பசங்க போனதைப் பார்த்துவிட்டு, என் தம்மைக் காலால் நசுக்கினேன். கடல் வா வா என்றது, அப்போதுதான் என் நண்பன் OCB சீட் வாங்கி வர சொன்னது ஞாபகம் வந்தது. அங்கிருந்த ஆட்டோ டிரைவரிடம் கேட்டேன். "இங்கெல்லாம் கடை இல்ல பா, மெயின் ரோடுதான் போவணும். எதுக்கும் நீ இந்த ரோட்டுல போய்ப் பாரு, அங்க ஒரு ஓட்டலாண்ட ஒரு கடை இருக்கு" என்றார். ஒரு 500மீ நடந்தேன், அவர் சொன்னது போல கடை எதுவும் இல்லை. சரி, கடலிடம் சற்று உரையாடிவிட்டு பார்ப்போம் என்று திரும்ப, ஒரு 6–7 மாணவர்கள் ஒரு காரில் இருந்து இறங்கி கடல் நோக்கி ஓடினார்கள், ஒருவன் அதில் ரோல்

பண்ணிய ஜாயின்ட்டின் நுனியில் இருக்கும் பேப்பரை வாயால் கடித்து துப்பியபடி ஓடினான்,

"Bro, இங்க OCB சீட் எங்க கிடைக்கும்?" என்று கேட்டேன்.

"மெயின் ரோடு தான் bro போகனும்," என்று சொல்லி யோசித்தான்.

"உங்களுக்கு எவ்ளோ சீட் bro வேனும்," எனக் கேட்க,

"ரெண்டு சீட் போதும் bro, நாங்க ரெண்டு பேரு தான்."

"இருங்க, மச்சா, சீட் எங்க வச்ச" என்று கேட்டு காரினுள் சென்று சில சீட் எடுத்து வந்தான். இரண்டுக்கும் மேற்பட்ட சீட்களைத் தந்தான்.

"தாங்ஸ் bro", "ஓ.கே bro" என்று சொல்லி அவன் கடல் நோக்கி ஓடினான்.

அவர்களை விட்டு சிறிது தூரம் தள்ளி நானும், சீட் கிடைத்த திருப்தியோ கடலிடம் உரையாடச் சென்றுகொண்டிருந்தேன்.

ஐந்து தடியர்கள், ஒருவர் மீது ஒருவர் தக்காளி வீசி யாரோ ஒருவரின் பிறந்தநாளைக் கொண்டாடினர், தக்காளி என்மீது படாதபடி ஒரு இடம் நோக்கி நடந்தேன். ஆனாலும் அவர்கள் என்னையே பின்தொடருவது போல் இருந்தது. அங்கே ஒருவர் தன் உடைகளை மாற்றியபடி இருந்தார். அவருக்குக் காவலாக ஒரு நாய் இருந்தது. நம்பிக்கையுடன் அவர்கள் அருகே சென்றேன். அந்த ஐவர் அங்கேயும் வர, உடையை அணிந்தபடியே அவர், "ஆள் இருக்கிறது தெர்ல, அப்டி போப் பா" என்று சொல்ல அவர்கள் அங்கிருந்து புறப்பட்டுச் சென்றார்கள். இரண்டு மணி நேரம் அங்கு கழித்தேன், கடலைப் பார்த்தபடி, அது ஏதோ கூறுவது போலவே இருந்தது. இடையே 20 வயது பெண் ஒருத்தி வந்து தனிமையில் என்னைவிட அதிகமாக கடலுடன் உரையாடி விட்டுச் சென்றாள். கடலும் எனக்குச் சொந்தம் இல்லை என்று தெரிந்து கொண்டேன். சூரியன் அஸ்தமனம் ஆகத் தயாரானது"

இன்று அவன் வீட்டு மேலே நின்று சூரியன் அஸ்தமனம் ஆவதைப் பார்த்தான், மேகம் ஏதோ இவனுடன் உரையாடுவது

போலவே உணர்ந்தான். அதனுடன் உரையாடியபடியே, அன்று சென்னையில் சூரியனைப் பார்த்து என்ன சொன்னானோ அதையே எழுதினான், "This should be the best sunset ever."

'சென்னையில் ஒரு நாள்' என்ற தலைப்பு மொக்கையாக இருப்பதால் அதை 'இந்த நாள்' என்று மாற்றினான்.

—

<h1 style="text-align:center">"ரெக்கார்ட் டான்ஸ்"</h1>

வசந்தி முனீஷ்

"**ய**ய்யா எப்பும் வந்த? ஓன் பொண்டாடி புள்ளய சொவமாயிருக்காவளா?"

"எல்லாரும் நல்லாயிருக்கோம். நீ எப்படியிருக்க பெரிம்ம..."

"ஓன்பேர சொல்லி நல்லாயிருக்கேன்யா."

"யப்பா! ஓன்ன ஆச்சி சாப்பிடக்கூப்பிடுது."

"ஏலே! ஐய்யா... நீ எப்பும் வந்த" என்று என் மகனிடம் கேட்ட "இன்னைக்குத்தான் எட்டுமணி கேட்டிசி பஸௌக்குக்கு" வந்தோமென்றான்.

"என்னைய்யா? எல்லாருமா வந்துருக்கிய?"

"இல்ல பெரிம்ம. அவ வரல... நானும் புள்ளையளும்தான் வந்திருக்கோம். காலாண்டு பரிட்சை முடிஞ்சி, அதான்... லீவுக்கு இவங்கள உட வந்தேன்." "சரிச் சரி... அப்பும் இந்தப் பத்து நாளும் தெருக்காட்ட புழுதிக்காடாக்கிறானுவ" என்றவள் மகனிடம், "ஓங்க ஆச்சி தோசகீச சுட்டுவச்சிருப்பா... ஆறீரப்போவுது. போங்க... போய் நல்லா சாப்பிடுங்கல" என்றாள்.

இட்லி தோசையெல்லாம் நகரத்து வேலைக்குத்தான் சரி. ஊருக்கு வந்துட்டா எனக்கு எப்போதும் காலையில பழைய கஞ்சிதான்.

அதுவும் பருத்தரிசிக்கஞ்சிக்குத் தொட்டுக்க எள்ளுத்துவையலு, சீனரைக்காய் வத்தல் வறுத்தது; மதியத்துக்கு அதே பழைய கஞ் சிதான். ஆனா, தொட்டுக்க எங்க வீட்டு முருங்கைமரத்துல இளங்கீரையாப் பாத்து பறிச்சி, தேங்காச்சில்லு ரெண்டா இடிச்சுப் போட்டு, தேங்கண்ணயில வெங்காயத்தச் சேர்த்து நல்ல வதக்கிய கீரப்பொரியலு; ராத்திரிக்கி பருப்புக் குழம்பும், பொறிச்ச சாலக்கருவாடும்." இதுதான் ஊரிலிருக்கும்போது நான் உண்ணும் உணவு மெனு. முதலாவதாக காலை உணவருந்தி ரயில்பயணம் தந்த களைப்பில் கண்ணயர்ந்துபோனேன்.

மாலை ஆறரைமணிவாக்கில் வீட்டிற்கு வந்தான் சட்டி. அவனது நிஜப்பெயர் சுடலைமுத்து. அவன் நிறத்துக்கேற்றாற்போல் வாய்த்த பட்டப்பெயர் தான் கரிச்சட்டி. அது காலப்போக்கில் சுருங்கி இப்போது சட்டியாகியிருக்கிறது. காலை ஒன்பது மணி முதல் ஆறு மணிவரை மிகச்சிறந்த 'கொத்தனார்'. ஆறுமணிக்குமேல் மிதமிஞ்சிக்குடிக்கும் 'குடிமகனார்'. நான் ஊருக்கு வந்தது எப்படியும் தெரிந்துவிடுமவனுக்கு...

"ஏன் வந்த...எதுக்கு வந்த?" என்றெல்லாம் கேட்கமாட்டான்.

"எத்தனை கொண்டுவந்த" என்ற கேள்வியை மட்டும் மறக்கமாட்டான். ஏனென்றால், 'தமிழ்நாடு – கர்நாடக எல்லையான ஓசூரில் நான் வேலை பார்ப்பதால் பெங்களூர் சரக்கு கொண்டுவந்திருப்பானென்று ஊர் வந்தாலே 'பயலுக' என் வீட்டைச்சுற்றி மொய்க்கத் துவங்கிவிடுவார்கள். "நாளைக்கே கிளம்புறேன். அதனால் ரெண்டெரெண்டுதான் கொண்டுவந்தேன்" என்றேன்."சரிடே... நான் தண்ணியெடுத்துட்டு மேலபோறேன். நீ சரக்கும், சாலக்கருவாடும் எடுத்துட்டு சீக்கிரமா மச்சிக்கு வாவென்று" படியேறினான்.

'எங்கள்வீட்டு மச்சிதான். நாங்கள் மதுவருந்தும் மறைவிடம். வீட்டுக்குப் பின்னால் நிற்கும் தென்னைமரத்திலிருந்து தென்றல்காற்றும், முன்னால் நிற்கும் வேப்பமரத்திலிருந்து விடலைக்காற்றும் வீசி மேலும் எங்களுக்கு போதை கூட்டும்.'

முழுபாட்டில் அரையானது. சட்டிக்குப் போதை முழுதானது. நான் "ரெண்டேரெண்டு கட்டிங்" மட்டும் போட்டுவிட்டு வயிறு கடாமுடாவிற்கு விடைதேடி வடகாட்டுக்குப் போகத் தயாரானேன்.

சுற்றியிருக்கும் தெய்வங்களுக்கெல்லாம் முட்டைப்பலி கொடுத்தபின்னேதான் சுடலை சுடுகாட்டுக்கு வேட்டைக்குச் செல்லமுடியும். அதுபோலத்தான் "அவசரமா ஆய் வந்தாலும் அவனைத்தாண்டி அவ்வளவு லேசுல வடக்காட்டுக்குள்ள..., போயில, பீடி, சிகரெட்டு, பாக்கு, தண்ணிபோடுற ஆம்பிளைங்க யாரும் நுழைஞ்சிட முடியாது."

அந்த அவன்தான் பெரியஇசக்கி.வடக்காட்டின் நுழைவு வாயிலில்தான் அவனுடைய வெள்ளாட்டுக்கிடை. ஆதலால், அவனது ஓசிக்கண்ணிலிருந்து ஒருப்பயலும் தப்பமுடியாது. குத்திருட்டில் குத்தவைத்துப்போனாலும் குட்டிமறியைப்போல் தூக்கிவிடுவான்.

நான் அவன் கிடை வந்ததும், நடையில் கொஞ்சம் வேகமேற்றினேன். உடைமரத்தின் இடைவழியாய் ஒளியும், ஒருகுரலும் என்னைநோக்கிப் பாய்ந்தது.

யாரென்று நான் கேட்கும்முன்னே, பெரியஇசக்கியண்ணன் என்னருகே வந்தான்.

"என்னடே தம்பி அரவம் காட்டாமப் போற?"

"இல்லண்ணே... அவசரம். அதான் கவனிக்கல."

"எப்பும் வந்த? எப்படியிருக்க?"

"நல்லாயிருக்கண்ணே..."

"பொடிசுகளும் வந்திருக்கா?"

"அமா வந்திருக்கு... ரெண்டுபேத்துக்கும் ஸ்கூலு...பத்து நாளு லீவு... அதான் அவங்கள உடவந்தேன்."

"ரெண்டும் திரும்பிப்போகுறவர திங்கிறதுக்கு நொங்கு யென்பொறுப்புடே."

"சரிண்ணே…"

"அப்புறம் ஓசூர்லயிருந்து நம்ம அயிட்டம் ஏதும் கொண்டுவந்தியா?"

"இருக்கு தாரேன். இப்பும் விடுப்பா… வயித்தக்கலக்குது வடக்க போயிட்டு வந்துருதேன்."

"சரி! ஒரு டோஸ் குடு? எனக்கும் வயிறு கடமுடாங்குது."

சாரத்தில் வைத்திருந்த சட்டிதந்த டோஸை இருவரும் ஒருசேர கீழ்உதட்டை முன்னிழுத்து உள்வைத்து வடக்காட்டினை நோக்கி வேகமாய் நடந்தோம்.

என்வீட்டில் கழிவறை கட்டி பத்துப்பதினைந்து வருடங்களாகி விட்டன. ஆயினும், வடகாட்டுக்குப்போய் வெளிக்கிப் போனால்தான் வயிறு சுத்தமாகும். மனசு நிம்மதியாகும்.

பெரியஇசக்கி ஒரு நடமாடும் பண்பலை. பொழுதடைய காட்டுக்குள் கிடந்தாலும் ஊருக்குள் நடக்கும் அத்தனையும் அவனுக்கு அத்துப்படி. ஊர்க்காரர்களே அவனிடம் செய்திக்கேட்டு 'ஆ'வென்று வாய்பிளப்பர்.

நானும் அவனும் எதிரெதிராய்க் குத்தவைத்து, எக்கச்சக்கக் கதைகள் பேசி, வடகிணற்றில் கால் கழுவிவிட்டு அவனது கிடைப்பக்கம் வரும்போது மந்தையில் ஏதோவொரு அறிவிப்புச்சத்தம் என் காதில் கேட்டது.

"யண்ணே… மந்தையில் என்ன? ரேடியோச் சத்தம் கேக்குது…"

"அதுவா? நம்மூருக்கு ரெக்கார்ட் டான்ஸ் குருப்பு வந்திருக்குடே… எட்டரைக்கு மேலத்தான் ஆட்டம். நீ போயிட்டு சட்டுப்புட்டுன்னு சாப்புட்டுட்டு பொடிசுகளையும் கூட்டிட்டு வா. வரும்போது மறக்காம சரக்கு கொண்டுவந்திரு… சரியா?"

"சர்…ரிப்பா…."

'ரெக்கார்ட் டான்ஸ்' என்றதும் எனக்குத் தெரிந்த மச்சான் ஒருத்தரின் ஞாபகம்தான் வந்தது. இப்போது அவருக்கு வயது ஐம்பதுக்கு மேலிருக்கும். இளம்வயதில் இதேபோல் எங்கள்

ஊருக்கு வந்திருந்த 'ரெக்கார்ட் டான்ஸ்' குழுவிலுள்ள ஒரு பெண்ணோடு அவருக்குக் காதல். இன்னுமவளின் நினைவுகளை அவ்வப்போது பகிர்ந்துக்கொள்வார்.

"மாப்ள உங்க அக்காலாம் அவ அழகுக்கு முன்ன கிட்டயே நிக்க முடியாது. அவ ஒடம்பு தேன்சிட்டுமாதிரி, சிரிப்பு தேங்காப்புட்டு மாதிரி இருக்குமோய்..."

"'செந்தூரப்பூவே இங்கு தேன்சிந்த வா வா' பாட்டுக்கு ஆடிக்கிட்டே யன்ன ஒருபார்வ பாப்பா பாரும். அப்படியே பாட்லோடு பட்டச்சாராயம் அடிச்சமாதிரி இருக்கும் மாப்ள."

"எங்கம்மாதான் அவளை ஊரவிட்டே அடிச்சித்தொரத்தி, எங்க காதலப் பிரிச்சி ஓங்க நொக்கா செனப் பன்னிய யனக்குக் கட்டிவச்சிட்டா... நாசமாப்போறவ" என்பார்.

இப்போதும் எங்காவது 'செந்தூரப்பூவே இங்கு தேன்சிந்த வா வா' ஒலிக்கக் கேட்டால் அந்தச் செந்தூரப்பூவை நினைத்துக் கண்ணீர் சிந்துவார்.

மந்தையென்பது ஒரு காலத்தில் ஆடுமாடுகள் அடைக்கலமாகும் இடமாகவிருந்தது. ஆனால், அதுதான் இப்போது எங்களுக்குப் பேருந்துநிலையமாகவும், நிகழ்ச்சி நடத்தும் திடலாகவும், கடைவீதியாகவுமிருக்கிறது.

நான் சாப்பிட்டுவிட்டு மந்தைநோக்கிப் புறப்பட்டேன். அங்கு நிகழ்ச்சிக்காக சுத்தம்செய்யப்பட்ட இடத்தில் நான்கு மூலைகளிலும் நடப்பட்டிருந்த கம்புகளில் சுப்பையா அண்ணன் 'போகஸ் லைட்டும், டியூப் லைட்டும்' கட்டிக்கொண்டிருந்தான். அவன் எங்களூரில் 'மைக்செட்' தொழில் செய்துவருகிறான். மின்சாரவிளக்குகளுக்கு தேவையான மின்சாரம் மாடத்தியக்கால் வீட்டிலிருந்து எடுக்கப்பட்டிருந்தது. மந்தையில் எந்த நிகழ்ச்சி நடந்தாலும் அவள் வீட்டில்தான் மின்சாரம் எடுக்கப்படும். ஏனென்றால், அவள் வீடு அங்குதான் உள்ளது. மந்தையில் ஆட்களின் நடமாட்டம் கூடிக்கொண்டேயிருந்தது.

சுப்பையாண்ணனிடம் பேசிக்கொண்டிருந்த என் குரல்கேட்டு சலூரன்கடை மாமா என்னருகில் வந்தார்.

"ஏ! மாப்ள...எப்பும்வோய் வந்தியரு?"

"காலைல மாமு..."

"ஒக்காப்பு....ட காலைல வந்தவன் கடைக்கு ஏன் வர்ல:"

"தூங்கிட்டேன் ஓய்..."

"தங்கச்சி, புள்ளையலு எல்லாம் சொவந்தான?"

"சொகந்தான் மாமு..."

"மாப்ள... சரிப்போரும்... போயிட்டு கிளாசு, தண்ணி வாங்கிட்டு வாரும்... ஆளுக்கொரு கட்டிங் போடலாம்."

"யோ! மாமு... எனக்கு வேணாம். நான் சாப்புட்டுட்டேன். இனும சரக்கடிச்சா வாந்தி எடுத்துடுவேன் ஓய்...."

"ஒருமயிரும் வராது. போயிட்டு வாரும்... மாப்ள வரும்போது மறக்காம சைன்டிஸ்டு வாங்கிட்டு வாரும்."

"யோ! சைன்டிஸ்டு இல்லையா... அத்துப்பேரு சைடிஸ்..."

"யன்ன யழவோ? சீக்கிரம் வாங்கிவரும்."

நானும் மாமாவும் நிகழ்ச்சி நடைபெறும் இடம்தள்ளிப்போய், ஒரு இருள்மறைவில் குடித்துவிட்டு வந்தோம்.

"சரி... மாப்ள நான் கெளம்புறேன்."

"யோ... என்ன ஆட்டம் பாக்கலையா?"

"ஆத்தாடி! இங்க நான் ஆட்டம் பாத்தா ஓங்க அக்கா பத்ரகாளியா ஆடிருவா" என தள்ளாடியபடி வீடு கிளம்பினார்.

மணி எட்டரை ஆனது... பெண்கள் இடம்பார்த்து பாய்விரித்து அமர்ந்தனர்.

ஆண்கள் துண்டுவிரித்து பீடியிழுத்து "ஆட்டத்த ஆரம்பிங்கப்பா" என்றனர்.

சிறுவர்களும், சிறுபுத்திகொண்ட சில பெருசுகளும் ஒப்பனை செய்யும் பெண்களை திரையின் ஓட்டைவழியாய் உற்றுப்பார்த்துக்கொண்டிருந்தனர்.

"ஹலோ...ஹலோ..."

"ஒன்...டூ...த்ரி..."

"மைக் டெஸ்ட்டிங்..."

"அன்பார்ந்த தெய்வநாயகப்பேரி கிராமத்து பெரியோர்களே!
தாய்மார்களே! அண்ணன்மார்களே!அருமை தாய்மார்களே!

உங்கள் அனைவருக்கும் 'திருச்சி கவிதா ரெக்கார்ட் டான்ஸ்'
குழுவினரின் முதற்கண் வணக்கத்தினைத் தெரிவித்துக்கொண்டு,
இதோ நீங்கள் ஆவலாய் எதிர்பார்த்துக்கொண்டிருக்கும்
எங்களது ஆட்டம் ஆரம்பமாகிறது என்று குழுத்தலைவரும்
அவர்களின் குடும்பத்தலைவரும் மைக்கில் அறிவித்தார்.

ஆம். அவர்கள் ஒரு குடும்பமாகத்தான் வந்திருந்தனர். கணவன்,
மனைவி, ஒரு பதினாறுவயதுப்பெண், ஒரு பத்துவயதுச் சிறுவன்,
ஒருவயதுக்குட்பட்ட பெண்குழந்தையொன்றை மந்தையில்
நிற்கும் பூவரசமரத்தினில் தொட்டில்கட்டி தூங்கவைத்திருந்தனர்.

முதலாவதாக அம்மன்பாடலுக்கு ஆடினார்.

சாமிக்கொண்டாடிகள் மட்டும் அசந்துப் பார்த்தனர். மற்ற
அனைவரும் அமைதியாக இருந்தனர்.

இரண்டாவது பாடலாக இதோ! தல அஜீத்தின் 'ஆலுமா
டோலுமா' என்றதும் இளைஞர்கள் ஆரவாரமாகினர்.

ஆடிய சிறுவனுக்கு ஐம்பதுரூபாய் நன்கொடை வழங்கினர். அந்த
ரூபாயை லட்சங்களாகப் பெற்றுக்கொண்டதாக குழுத்தலைவர்
நன்றி தெரிவித்தார்.

தல ஆட்டத்தைப் பார்த்தாங்க. இப்போது தளபதி மெர்சல்
காட்டப்போகிறாரென்றதும்'ஆளப்போறான் தமிழன்' பாடலுக்கு
மீண்டும் அதே சிறுவன் ஆட, சாதி சாதியாய்ப் பிரிந்திருந்து
பார்த்த இளைஞர்கூட்டம் ஒருவருக்கொருவர் முந்திக் கொண்டு
காசை வாரியிறைத்து தன் சாதிப்பெருமையை நிலைநாட்டினர்.

அதற்கடுத்து சில மெலடி பாடல்களுக்கு குழுவினர் ஆடினர்.
கூட்டம் கொட்டாவிவிடத் தொடங்கியது. பெருசுகள் பீதியும்,
இளசுகள் சிகரெட்டும் இழுக்கத்தொடங்கினர்.

கூட்டத்தைக் கூர்ந்து பார்த்த குழுத்தலைவர் கொஞ்சம் உஷாராகி, அடுத்து வருகிறது உங்களுக்காக ஒரு அதிரடிப்பாடலொன்று 'சின்ன மச்சான்' பாடலுக்கு தன் மகளை ஆடவைத்தார். கூட்டத்தில் விசில் பறந்தது. ஆண்கள் ஆட்டத்துக்கிடையே சிறியவள் கைகளில் 'பத்தும் இருபதுமாய்' கொடுத்துக்கொண்டிருந்தனர். அவருக்கு இருநூறு ரூபாய் கிடைத்தது. கொட்டாவிக்கு 'ஆ' பிளந்த கூட்டம், அவள் குலுங்கிய மார்புகள்கண்டு வாய்பிளந்து கிடந்தது.

சின்னமச்சானைத் தொடர்ந்து அந்தச் சின்னப்பெண்ணின் தாய் 'மச்சானப் பாத்தீங்களா' பாடலுக்கு நடனமாடினாள். அவளின் கருத்த தேகம், பெருத்தவயிறு, தொங்கிய மார்புகளுக்காக பத்தே பத்து ரூபாய்தான் கிடைத்தது. அதோடு மட்டுமில்லாமல் கூட்டம் பாதிக்குமேல் கலைந்து போயிருந்தது.

என்னருகில் சுருட்டு பிடித்துக்கொண்டிருந்த இசக்கிமுத்துத்தாத்தா, "பேரப்புள்ள... எனக்கு மொத்தம் எட்டு புள்ள. ஆனாலும், ஒட்டுத் துணியில்லாம ஓங்க பாட்டிய அம்மணமா ஒருநாளும் பாத்ததில்லடே... இப்பயபுள்ள பயலுவல்லாம் இத்தேனொண்டு போனுல எத்தன பொம்பளையில அம்மணமா பாக்கிரானுவ. அவனுவக்கெல்லாம் இப்படி முத்திப்போனதும், முழுசா மூடிக்கிட்டும் ஆடுனா புடிக்குமா சொல்லு? இந்தமாதிரி கலையெல்லாம் இனித்தேறாதுடே" யென்று காதோட்டைக்குள் சொருகி வைத்திருந்த ஐந்துரூபாய் நாணயத்தை அவர்களுக்கு அன்பளிப்பாகக் கொடுக்கச் சொல்லி அவரும் வீட்டுக்குப் புறப்பட்டார்.

'தாத்தா சொன்னமாதிரியே பயலுவயெல்லாம் போரடிக்கினு சரக்கடிக்க கெளம்பிட்டானுவ.'

காத்திருந்த கடைசி கொஞ்சம் பெருசுகளின் கோரிக்கைக்காக கணவனும், மனைவியும் எம்.ஜி.ஆர்.ஜெயலலிதாவாகவும், சிவாஜி பத்மினியாகவும் ஆடிமுடித்து நிகழ்ச்சி முடித்தனர். அதற்காக சொற்பக்காசும், சோறு பொங்கித்தின்பதற்கு அரிசிபருப்பும் அவர்களுக்கு கிடைத்தது. குழுத்தலைவர் ஊர்மக்களுக்கு மைக்கில் நன்றி சொல்லி முடிக்குமுன்னே அனைவரும் வீடுபோய்ச் சேர்ந்திருந்தனர்.

நாங்களும் வீட்டுக்கு வந்து சாப்பிட ஆரம்பித்தோம். மகன் சாப்பிடாமலேயே உறங்கிவிட்டான். மகளும் நானும் சாப்பிட்டுக்கொண்டிருந்தபோது....

"யப்பா! நானும் தம்பியும் விஜய் பாட்டுக்கு 'ஹன்றடு ரூபிஸ்' குடுத்தோம்."

"நான் பாத்துக்கிட்டுத்தான் இருந்தேன். வெரிகுட்ம்மா..."

"டான்ஸ் செமயா இருந்திச்சி. ஆமாப்பா... அந்த ரெக்கார்ட் டான்ஸ்க்காரங்க சாப்பிட்டிருப்பாங்களாப்பா?"

"தெரியலையம்மா....!

"நம்ம சாப்பிட்டுட்டு அவங்களுக்கு சோறு கொண்டு போலாமா...? ஆச்சிதான் நெறைய பொங்கிருக்கில்ல."

"சரிம்மா..."

நானும் மகளும் டிபன்பாக்சில் சோறும் குழம்பும் எடுத்துக் கொண்டு மந்தைக்குப் போனோம். மந்தை மயானம்போல் அமைதியாகவிருந்தது. வெட்டியார் பிணமெரிப்பதுபோல் ஓப்பனை கலைக்காமலேயே அடுப்பில் உலைக்கு குழுத்தலைவரின் மனைவி தீமூட்டிக்கொண்டிருந்தாள்.அவரும் மகனும் துணிமணிகளையும், பொருட்களையும் மூட்டை கட்டிக்கொண்டிருந்தனர். அவர் மகள் பாத்திரங்களைக் கழுவிக் கொண்டிருந்தாள்.

"அண்ணாச்சி...அண்...ணா..ச்சி..."

"சொல்லுங்கண்ணே..."

"இதுல சாப்பாடு இருக்கு, எல்லாரும் சாப்பிட்டுக்கோங்க..."

"யென் பொஞ்சாதி ஓலவச்சிட்டாலண்ணே..."

"பரவாயில்ல...சாப்பிடுங்க."

"சரிண்ணே...ரொம்ப நன்றி! "இது யாரு ஓங்கப்பொண்ணா...?"

"ஆமா... அண்ணாச்சி!"

"ஓங்க மொவச்சாட அப்படியே இருக்குது."

"சரிண்ணாச்சி...நீங்க சாப்பிடுங்க நாங்க வர்றோம்" என்று அவரிடமிருந்து விடைபெற்று வரும்போது, "யப்பா! அந்தக் குட்டிப்பாப்பா தொட்டிலில அழகா காலாட்டிக்கிட்டு கிடந்துச்சு பாத்தியாப்பா?" என்றாள் மகள்.

என் மகள் பார்த்த அந்தக் குட்டி பாப்பாவின் கால்களாவது அவளின் குடும்பத்தாரைப்போல் ஆடிப்பிழைக்காமல், என் மகளைப்போல் பள்ளிக்கூடம் போகட்டுமென்று வேண்டிக்கொண்டு, வீடுவந்து விடியும்வரை தூக்கமின்றி தவித்துக்கிடந்தேன்.

—